உலகளாவிய நூலகம்

முனைவர்

ப. பாலசுப்பிரமணியன்

M.C.A., M.B.A., M.A., M.LISC., M.Phill., Ph.D.,

துணை நூலகர்,
மனோன்மணியம் சுந்தரனார் பல்கலைக்கழகம்
திருநெல்வேலி - 627012

சங்கர் பதிப்பகம்

15/21, டீச்சர்ஸ் கில்டு காலனி, 2-வது தெரு,
இராஜாஜி நகர் விரிவு,
வில்லிவாக்கம், சென்னை-600 049.
தொலைபேசி: 044-26502086, 9444191256
email:shankar_pathippagam@yahoo.com
Web:www.shankarpathippagam.com

நூல் விவரப் பட்டியல்

நூலின் பெயர்
உலகளாவிய நூலகம்

உரிமை
பதிப்பகத்தார்க்கு

நூலாசிரியர்
முனைவர். ப. பாலசுப்பிரமணியன்

நூல் அளவு
கிரௌன்

பதிப்பு ஆண்டு
முதல் பதிப்பு - 2018

பக்கங்கள்
136

விலை
ரூ.100/-

ISBN.No. 978-93-87655-39-3

வெளியீடு
சங்கர் பதிப்பகம்
15/21, டீச்சர்ஸ் கில்டு காலனி,
2-வது தெரு, இராஜாஜி நகர் விரிவு,
வில்லிவாக்கம், சென்னை - 600 049.
தொலைபேசி: 044 - 2650 2086

வடிவமைப்பு & மேலட்டை
பழனி & லதா, வில்லிவாக்கம்.

அச்சிட்டோர்
எம்.கே.கிராபிக்ஸ், சென்னை - 600 021.
தொலைபேசி : 98408 28213

என்னுரை

மனிதர்கள் கல்வி அறிவு பெறுவதற்கும் பெற்ற அறிவை மேலும் வளர்ப்பதற்கும் நூலகம் பயன்படுகின்ற இன்றைய சூழலில் நூலக அறிவியல் தகவல் தொழில் நுட்ப தாக்கம் அதிகமாக உள்ளது. அதற்கு ஏற்றார் போல் தன் நிலையினையும் நூலகர்கள் வளர்த்து வந்துள்ளனர்.

உலகளாவிய நூலகம் என்ற நூல் எழுதுவதற்குக் காரணம் பல்வேறு வளர்ச்சியினை பெற்ற தமிழகம் நூலகத்துறையில் வளர்ச்சியைக் கண்டும் அதற்கு ஏற்றார்போல் தமிழில் நூலகத்துறையில் போதிய நூல்கள் இல்லை என்ற ஆதங்கம் என்னுள் எழுந்தது. அந்த எண்ணத்தின் அடிப்படையில் வெளி வந்ததே இந்நூல்.

இந் நூலினை உங்கள் கையில் பதிப்பித்து கிடைப்பதற்கு திரு. கோமதி நாயகம் எடுத்துள்ள முயற்சியை நான் பாராட்டுகின்றேன். என்னுடைய எழுதுகோல் எழுதுவதற்கும் மேலும் பல நூல்கள் வெளிவருவதற்கும் என வாழ்வில் என்னோடு பயணிக்கும் என் மனைவி பா.தேவி, இந்நூலுக்குப் பிழைகளைத் திருத்திய முன்னாள் தமிழ்த்துறைத் தலைவர் முனைவர். சொ. பொன்னுச்சாமி அவர்களுக்கும், இந்நூலினை அழகிய முறையில் தட்டச்சு செய்த அன்புத்தம்பி ரவிசங்கர் அவர்களுக்கும், என்னோடு ஆய்வு செய்து வரும் ஆய்வு மாணவர்கள் முருகேசன், சா. பிந்து, S.விஜயகுமார், S. பாலசந்தர் ஆகியோர்களுக்கும் என் நன்றியைத் தெரிவித்துக்கொள்கின்றேன்.

****

பொருளடக்கம்

உலகளாவிய நூலகம்

1. நூல் வகைகள்

நூல்கள் பல கற்று அறிவு பெறாதவன் நல்ல தோற்றத்தோடு அழகாக விளங்கலாம். ஆனால் அது மண்பாவை அழகாகத் தோன்றுவது போன்றதாகும். அதனால் ஒரு பயனும் இல்லை. அதற்கு ஒரு சிறப்பும் இல்லை. "நுண்மாண் நுழைபுலம் இல்லாதன் எழில் நலம் மண்மாண் புனை பாவை சாற்று" நல்ல நூல்களைத் தான் கற்காவிட்டாலும் கற்றவர்கள் சொல்லும் பொருளைக் கேட்டாவது உணர வேண்டும். துன்பத்தால் தளர்ச்சி வந்த போது முன் கேட்டறிந்த அறிவு ஊன்றுகோல் போல் துணை நிற்கும். அன்றாட வாழ்வில் அல்லல்களை மறக்கவும் ஆறுதல் பெறவும் மகிழ்வு கொள்ளவும் நல்ல நூல்கள் பெருந்துணை புரிகின்றன. "நல்ல நூல்கள் நல்ல நண்பர்கள்" என்று உலகெங்கும் சான்றோர்கள் ஒரு மிக்கக் கருதுகின்றனர். நல்ல நூல்கள் வாழ்வின் பொலிவிற்குப் புதுப்புது எண்ணங்களை வழங்குகின்றன. எவ்வாறு வாழ வேண்டும் என்று கற்பிக்கப்படுகின்றன. நல்ல நூல்கள்

புண்பட்டவர்களுக்கு ஆறுதல் கொடுக்கின்றன. கடின உள்ளம் கொண்டோரை இடித்துரைக்கின்றன. அறிஞர்களை ஆதரிக்கின்றன.

நுவலப்பட்டது நூல் ஆயிற்று. நூல் ஒவ்வொன்றும் உருவாகக் காலம் பிடிக்கிறது. சிந்தனையாளன் சிந்தித்துக் கருத்தை உருவாக்குகிறான். உருவாக்கியதை நூலாக வடிக்கத் துடிக்கிறான். இதை காலத்திற்கு ஏற்ப கிடைக்கும் எழுது பொருளில் களி மண் சட்டியில், செங்கலில், மரப்பட்டையில், ஓலையில், தோலில், பலகையில், காகிதத்தில் பதித்து வைக்கிறான், இதைப் பல ஆண்டுகளாகப் பயன்படுத்திக்கொள்ள வேண்டும் என்று நினைக்கிறான். அதைப் பாதுகாத்து வைக்கிறான்.

நூலின் அமைப்பு:

நல்ல நூலின் அமைப்பு எவ்வாறு இருக்க வேண்டும், எவ்வாறு அமைப்புடையதாக இருக்க வேண்டும் என்பதனைக் காணலாம். நூலின் வெளித்தோற்றம் அந்நூலை எடுத்துப் பார்க்கும்படி தூண்டக்கூடியதாக இருக்க வேண்டும். நூலின் வெளித்தோற்றமும் அமைப்பும் பார்ப்பதற்கு எளிதாகவும். படிப்பதற்கு மகிழ்வு கொடுப்பதாகவும், நீடித்த உழைப்பிற்கு ஏற்றதாகவும் இருக்க வேண்டும். நூல்களைக் தேர்வு செய்யும் பொழுது அமைப்பு, அளவு, எடை இவற்றை நினைவில் வைத்துக்கொண்டு வாங்க வேண்டும்.

அச்சுப் பொறி கண்டுபிடிக்கப்படாததற்கு முன்னர் நூலின் உருவ அமைப்பு ஓலைச் சுவடிகளிலும் சுருண்ட அமைப்புடைய துணிகளிலும், களிமண் பலகைகளிலும்

கூட அமைக்கப்பட்டன. பண்டைக் காலங்களில் நூல்களைக் கையாளுவதற்கு எளியனவாக இல்லை. ஆனால் நிலைமை இன்று முற்றிலுமாக மாறிவிட்டது.

மிகச் சிறிய அளவில் இன்று நூல்கள் வெளி வந்திருப்பதைக் காணலாம். நூல்கள் சாதாரணமாக கிரௌன். ராயல் முதலிய அளவுகளில் வெளிவருகின்றன. மிகச் சிறிய அளவில் திருக்குறள் வெளிவந்திருப்பதைக் காணலாம். ஸ்வீடன் நாட்டில் உள்ள இராயல் நூலகத்தில் 76 செ.மீ x 48 செ.மீ அளவுள்ள பக்கங்களை உடைய நூல் ஒன்று உள்ளது. சாதாரணமாக 15 செ.மீ x 25 செ.மீ அளவுள்ள நூல்களை கையாளும்போது அவைகள் மிகுதியான எடையை உடையதாக இருப்பின் படிப்பதற்கும் கையாளுவதற்கும் சிறிது கடினமாக இருக்கும். ஒரு நூலின் ஆயுட்காலம் அந்நூல் அச்சிடப்பட்டிருக்கும் தாள்களைக் கொண்டும், அதன் கட்டிட அமைப்பைக் கொண்டும் நாம் உறுதி செய்து விடலாம். இவை இரண்டும் நூலின் ஆயுட்காலத்தை உறுதி செய்கின்றன.

மலிவுப் பதிப்பு நூல்களை அச்சிடப் பயன்படுத்தப் பட்டிருக்கும் தாள் நீண்ட நாட்கள் நிற்பதில்லை. விலை மட்டும் மலிவு அல்ல. அது போல் அதன் ஆயுளும் மலிவே. சிறந்த நூல்களை அச்சிடச் சிறந்த காகிதம் தேவை. காகிதமும் அச்சுமே நூலுக்கு மிக இன்றியமையாதனவையாகும். அச்சடிக்கும் பொழுது நன்றாக இடம் விடப்பட்டுப் படிப்பதற்கு ஏற்ற அச்சுக்களில் எழுத்துக்கள் அமைக்கப் பட்டிருக்க வேண்டும். எழுத்துக்கள் கண்களுக்குத் துன்பம் கொடுக்காமல் படிப்பதற்கு எளிதாக அமைந்திருக்க வேண்டும்.

ஒவ்வொரு பகுதியும் சிறு சிறு தலைப்புகளுடன் சற்றுப் பெரிய எழுத்துக்களில் அச்சடிக்கப்பட்டு பிற பகுதிகளிலிருந்து தெளிவாகத் தெரியும்படியும். ஒவ்வொரு வரிக்கு இடையிலும் சிறந்த இடை வெளி வேண்டும். குழந்தைகளுக்கும், முதியோர்களுக்கும் சாதாரணமான எழுத்துக்களை விடக் கொஞ்சம் அளவில் பெரிய எழுத்துக்களில் அச்சிடப்பட்டிருக்க வேண்டும். நூலின் பகுதியில் மிகச் சிறந்த இடத்தை அச்சே பெறுகின்றது.

காகிதம் பல வகைப்படும். காகிதம் அதன் ஆயுட்காலத்தினைக் கொண்டு உறுதி செய்யப்படுகிறது. கையினால் செய்த காகிதம், இயந்திரத்தினால் செய்த காகிதம், ஆர்ட் காகிதம். செய்தித்தாள் காகிதம் என்று பல வகைப்படும். சிறந்த தாள்களில் அச்சிடப்பட்ட நூல்கள் தாம் நீண்ட நாட்களுக்குப் பயன்படக் கூடியதாகும். அந்த வகை நூல்கள் நூலகங்களுக்கும் கல்லூரி, பள்ளிகளுக்கும் நூல்களைப் போற்றிப் பாதுகாப்போருக்கும் ஏற்றவைகள் ஆகும்.

சிறந்த கட்டு உள்ள நூல்களே மிக அதிக காலம் உழைக்கின்றன. முன்னர்த் தோலினால் சிறந்த கட்டிட வேலைகள் நூல்களின் அட்டைகளில் செய்யப்பட்டன. இயந்திரத்தினால் கட்டுகளும் கட்டப்பட்ட நூல்களும் விற்பனையாகின்றன. நூல்களை நல்ல முறையில் பாதுகாத்தல் வேண்டும். உலகுக்கு உயிரளிக்கும் ஆதவன் ஒளியும் உணவூட்டும் மழையும், நீரும், நெருப்பும், பூச்சி, புழுக்களும் நூல்களுக்கு இயற்கை விரோதிகள். வெயில், மழை, ஒளி, இருட்டு, அன்பர், பகைவர், மனிதர் ஆகிய எல்லாவற்றிலிருந்தும் நூல்களைப்

பாதுக்காக்க வேண்டுவது மிகவும் இன்றியமையாதது. மேலும் கரையான், கரப்பான், அந்து, காளான் முதலியவற்றிலிருந்தும் பாதுகாத்தல் வேண்டும்.

நூல்களுக்குப் புழுக்கள் அளவு கடந்த சேதத்தை விளைவிக்கின்றன. அப்புழுக்கள் குஞ்சு பொரித்தவுடன் நூலின் காகிதத்தைக் குடைந்து சென்று குறிப்பாகத் தாளின் பசையினை உணவாகக் கொள்கிறது. நூல்கள் ஈரமுள்ளதும் இருட்டானதுமான இடங்களில் வைக்கப்பட்டிருந்தால் புற்று எறும்பு கரையான் முதலியவற்றினால் தீங்கு விழையும். ஆகவே நாப்தலின் அந்துருண்டைகளையும். கெமாக்சின் பொடியினையும் தூவுவது மிகவும் சிறப்பாகும். தோல்கட்டு உடைய நூல்களுக்கு மெருகு (பாலிஸ்) இடுவது மிகவும் இன்றியமையாதது ஆகும். நூல்களைக் கவனமாக எடுத்துப் பயன்படுத்துவோமாயின் அவை எளிதில் பழுதடையாமலும் நீண்ட நாட்களுக்குக் கெடாமலும் சிறந்து விளங்கும்.

நூல் என்பதற்கு. சென்னைப் பல்கலைக்கழகத் தமிழ்ப் பேரகராதி இவ்வாறு குறிப்பிடுகிறது.

1. பஞ்சி நூல் 2. பூனூல் 3. மங்கல நாண் 4. ஏற்று நூல் 5. விக்கிரகத்துக்குக் கட்டும் நூல் 6. இருபத்து நான்கு சதுர அடி அளவு 7. ஆயுத வகை 8. சாஸ்திரம் 9. ஆகமம் 10. நாடகத்தமிழ் நூல்களில் ஒன்று 11. ஆலோசனை.

தொல்காப்பியத்துக்கு முன்பும் அதற்குப் பின்னரும் எழுதப் பெற்ற. படியெடுக்கப்பெற்ற அல்லது பதிப்பிக்கப் பெற்றவைகளுக்கு நூல் என்ற பொதுப் பெயரே வழங்கக் காணலாம். பழந்தமிழ் இலக்கியங்களை

நோக்குங்கால் ஓலை, ஏடு, தூக்கு, பனுவல், சுவடி, புத்தகம் போன்ற சொற்கள் பயன்படுத்தப்பட்டுள்ளன. புத்தகம் என்ற சொல்லாட்சி சமண இலக்கியங்களில் காணப்படுகின்றன. பல்வேறு காலக்கட்டங்களிலும் புத்தகம் என்ற இப்பொதுச் சொல்லே வழங்கி வந்துள்ளது.

உலக வரிசை நூல்களாக இவற்றைக் கூறுகின்றனர்.

1. உலக விஞ்ஞானிகள்
2. உலகப் பெருங் கவிஞர்கள்
3. உலக மலைகள்
4. உலக ஆறுகள்
5. உலகக் கடல்கள்

என்னும் நூல்கள் பலருக்குப் பல வகைப்பயன்களைத் தொடர்ந்து அளித்து வருகின்றன. "உலக நூலகங்கள்" என்னும் நூல் உலகில் நாளும் வளர்ந்து வரும் நூலக இயக்கத்தின் வளர்ச்சியினைப் படம் பிடித்துக் காட்டுகிறது. நூலகங்களின் தோற்றம், வளர்ச்சி, மாற்றம், விரிவு, விரிவாக்கம் பயன்பாடு ஆகிய பல்வகைக்கூறுகள் வகுத்தும் தொகுத்தும் எழுதப் பெற்றுள்ளன. நூலகங்கள் பற்றிய பொதுச் செய்திகளுக்கு முதன்மை கொடுக்காமல் தனித்தன்மை சார்ந்த தனிப்பெரும் நூலகங்களுக்கு இந்நூல் முதன்மை தரப்பெற்றுள்ளது.

நூலகம் வளரும் உயிருள்ள இயக்கம். அதன் வளர்ச்சி உலக நாடுகளில் வேகமாக முன்னேறியுள்ளது. அதன் பரிணாம வளர்ச்சியை இந்நூல் விளக்குகிறது. நூல், நூலகம், நூலக அமைப்பு, நூலக நிர்வாகம், நூலடைவு, நூற்பதிவு, நூற்பட்டியல், நூலகங்களின் விரிவாக்கப் பணிகள், நூலகங்கள் கணிப் பொறிமயமாதல் என்ற

பல்வேறு செய்திகள் திறனாய்ந்து தெளிவான முறையில் இந்நூலில் விளக்கப் பெற்றுள்ளன.

சங்க காலத்தில் மூன்று சங்கங்கள் வைத்து தமிழை வளர்த்தனர். முதற்சங்கம், இடைச்சங்கம், கடைச்சங்கம் என மூன்று சங்கங்கள் இருந்து தமிழை வளர்த்தன. அவற்றுள் முதற்சங்கம் கடற்கோளுக்கு உட்படுவதற்கு முன் இருந்த நிலப் பகுதியில் குமரி முனைக்குத் தெற்கே இருந்த தென் மதுரையில் திகழ்ந்தது. இக்காலத்தில் பரிபாடல். மூதுரை. முதுகுருகு. அகத்தியம் முதலிய நூல்கள் மறைந்து போயின. அதன் பின்னர் தோன்றிய இடைச்சங்கம் கபாடபுரத்தில் இருந்து தமிழ் ஆய்ந்தது. இச்சங்கத்தில் கலி, முருகு, வெண்டாளி வியாழ மாலை, முதலிய நூல்கள் இருந்தன. இக்காலத்தே தோன்றிய அகத்தியம் என்ற இலக்கண நூல் குறிப்பிடத்தக்கது. அதன் பிறகு சுமார் 2000 ஆண்டுகளுக்குப் பின்னர் கடைச்சங்கம் உத்தர மதுரையில் இருந்தது. இக்காலத்தில் தோன்றியன தொல்காப்பியம், எட்டுத்தொகை, பத்துப்பாட்டு, பதினெண் கீழ்க்கணக்கு முதலிய நூல்கள் ஆகும். காலத்தால் முற்பட்ட தொல்காப்பியத்தில் காணப்படும் நூல் குறித்த விளக்கம், நூல் வகை, நூல் அமைப்பு ஆகியன நமக்கு பெரும் வியப்பைத் தருகிறது. மூன்று சங்கங்களில் காணப்படும் நூல்களைக் கொண்டும், நூல் பற்றிய விளக்கங்களைக் காலத்தால் முந்திய தொல்காப்பியம் பகர்வதாலும் அக்காலத்திலேயே நூலகங்கள் இருந்திருக்க வாய்ப்புண்டு என்பதை அறியலாம். சமய வளர்ச்சிக்காக எழுதப் பெற்ற நூல்கள் பண்டை நாட்களில் சமயம் சார்ந்த கோயில்களிலும், மடங்களிலும், பள்ளிகளிலும் சேகரித்து வைக்கப்பட்டன.

சிதம்பரம் நடராசர் கோயிலில் பாதுகாப்பு அறைகளில் இருந்து சில நூல்கள் நமக்குக் கிடைத்துள்ளன. அக்கால அரசர்கள் தங்கள் அரண்மனைகளில் நூல்களைச் சேகரித்து வைத்திருந்தார்கள். இத்தகு இடங்களை ஞான பண்டாரங்கள் எனவும் நூலகத்தைக் காத்து வந்த நூலகரை சரஸ்வதி பண்டாரம் எனவும் வழங்கினர். சரஸ்வதி பண்டாரம் என்பது நூலகத்தைக் குறிக்கும் சொல்லாகவும் இருந்தது. சமயச் சண்டைகளாலும். அந்நியர் படையெடுப்புகளாலும் பல சமய நூல்கள் மறைந்தன.

சங்க காலத்தில் நூல்கள் அதிகம் காணப்பட்டன. எட்டுத்தொகை நூல்களான புறநானூறு, அகநானூறு, நற்றிணை ஆகிய நூல்களில் நூல் பற்றிய குறிப்புகள் அதிக அளவில் காணப்படுகின்றது. பத்துப் பாட்டு பதிணென் கீழ்கணக்கு நூல் போன்ற நூல்களில் நூல் பற்றிய குறிப்புகள் உள்ளன. இந்து சமயம் சார்பாக எழுந்த நூல்கள் சுருதிகள். சுமிருதிகள். இதிகாசங்கள். புராணங்கள். தர்மங்கள். தரிசனங்கள் என்ற ஆறு பெறும் பிரிவுகளில் அடங்கும். இந்நூல் மக்களிடையே பரவ ஒரு திட்டமிட்ட அமைப்பு இருந்திருக்க வேண்டும் என்பதை உணரலாம்.

வைணவ நூல்களில் சிறப்பித்துச் சொல்லப்படுவது பௌஷ்கர சம்ஹிதை என்ற நூலாகும். இந்நூல் நாராயணனும் பிரம்மனும் உரையாடுவது போன்ற முறையில் அடைக்கப் பெற்ற நூலாகும். இதில் ஞானம் பிரதிட்டை என்ற பகுதி 21 சூத்திரங்களைக் கொண்டுள்ளது, இந்நூல் அமைப்பு, நூல்கள் சேர்ப்பு, நூல்களின் காப்பு, நூலைப் போற்றுதல், நூலின் பயன் பற்றியெல்லாம் குறிப்பிடப் பெற்றுள்ளன.

உமாபதி சிவம் எழுதிய திருமுறை கண்ட புராணம் என்னும் நூல் சிதம்பரம் கோயிலின் பின்புறத்தில் இருந்து தேவார ஏடுகள் மீட்கப்படுவதை நமக்கு விளக்குகிறது. திருப்பூந்துருத்தி, திருநாகேஸ்வரம், ஒற்றியூர், வாலிசுவரம், செந்தலை, திருக்கோட்டியூர் முதலிய ஊர்க்கோயில்கள் முறையே இராசராசவியாசம், சில தருமம், சோமசித்தாந்தம், திருதானம் பாரதம், பிரபாகரம் முதலிய நூல்கள் படித்துக் காட்டப்பட்டதாகக் கல்வெட்டுச் செய்திகள் நமக்குப் பகர்கின்றன, சேரன்மகாதேவி, சீரங்கம், காஞ்சிபுரம், சிருங்கேரி, நகாய் போன்ற இடங்களில் கிடைத்த கோயில் கல்வெட்டுகள் மேற்படி இடங்களில் நூலகங்கள் இருந்து செயல்பட்ட செய்திகளை நமக்குத் அறிவிக்கின்றன.

1954ம் ஆண்டு இந்திய அரசு நூல்கள் விநியோகச் சட்டத்தை இயற்றியது. 1957ல் உரிமைப் பதிவுச் சட்டம் நடைமுறைக்கு வந்தது. இதனால் எழுத்தாளர்கள் மற்றும் பதிப்பாளர்களுக்கு தங்கள் நூல்களை உரிமைப் பதிவு செய்யும் வாய்ப்பு கிடைத்தது. பண்டைத் தமிழகம் மூன்று சங்கங்களைக் கண்டிருக்கிறது. இடைச்சங்க கால நூலாகிய 'தொல்காப்பியம்" என்ற இலக்கண நூலே நமக்குக் கிடைத்துள்ள முதல் தமிழ் நூலாகும். அது மூவாயிரம் ஆண்டுகாலப் பழமை உடையது. சங்க காலப் புலவர்கள் பாடிய பாடல்களைப் பனையோலைகளில் எழுதி அவைகளுக்குப் படியோலைகளை எடுத்து சங்க கால நூலகத்தில் வைக்கப்பட்டு பராமரிக்கப்பட்டன.

சங்க இலக்கியங்களைப் பாட்டும், தொகையும் என்பர். பாட்டென்பது பத்துப்பாட்டு நூல்களையும் தொகை என்பது எட்டுத்தொகை நூல்களையும் குறிக்கும். சங்க கால, சங்கம் மருவிய கால தொகை நூல்கள்

யாவும் தனித்தனிப் புலவர்கள் பாடிய பாடல்களின் தொகுப்பாகும். பாடல்களின் அடிகளை அளவாகக் கொண்டு சங்க நூலகத்தின் பனையோலைகளை அடுக்கி வைத்தும், யாப்பு, பொருள், பாடல் எண் ஆகியவைகளை அடிப்படையாகக் கொண்டு சங்க கால நூலகங்களைப் பராமரித்த நூலகர்களே சங்க கால நூல்கள் பலவற்றின் பெயர் தெரியாத தொகுப்பாசிரியர்களாக இருந்திருக்க வேண்டும். நூலகத்தந்தை அரங்கநாதன் எழுதிய நூல்கள் அனைத்தும் எண்ணத்திலும் பொருளடக்கத்திலும் உள்ளொலி மூலம் உருவாக்கப்பட்டவை, பழுத்த பட்டறிவால் புடம் போடப்பட்டவை. எந்தப் புத்தகத்தையும் பார்த்து அவர் எழுதியது இல்லை. ஆனால் அவர் எழுதிய நூல்களைப் பார்த்து பல்லாயிரம் நூல்கள் உலகின் பல மொழிகளில் எழுதப்பட்டன. பாண்டிய ராஜ்யத்தில் ஐக்கியமாகி விட்டதால் கல்வி வளர்ச்சியும், நூல்கள் வளர்ச்சியும் நடைபெற்றன. ஆனால் சோழர் ஆதரவின் கீழ் வெளிவந்த நூல்கள் தனியன் கைகளில் வந்தன, பல சுவடிகள் திரு மடங்களின் தலைவர்களாக விளங்கும் பண்டார சந்நிதிகளின் கைக்கும் வந்துவிட்டன. இந்திய நூலக வரலாற்றில் இருபதாம் நூற்றாண்டில் மட்டுமல்லாது இருபத்தொன்றாம் நூற்றாண்டிலும் தலைமை இடம் வகிப்பது தமிழகம் ஆகும். இவ்வாறு நூல்கள் வளர்ந்து பெருகின. நூல்களைப் படிப்பதன் மூலம் மக்கள் அறிவு திறன் பெற்று விளங்கினர்.

2. உலக வரலாற்றில் நூலக வளர்ச்சி

உலக நூலகங்கள் பொது நூலகம், பள்ளி நூலகம், கல்லூரி நூலகம், பல்கலைக்கழக நூலகம், சிறப்பு நூலகம், நடமாடும் நூலகம், பொம்மை நூலகம், சிறைச்சாலை நூலகம், மருத்துவமனை நூலகம், பார்வை இழந்தோருக்கான நூலகம், உடல் ஊனமுற்றோருக்கான நூலகம் தனியார் நூலகம், வெளிநாட்டு அரசு நூலகம், 'லெண்டிங், 'சர்குலேடிங்', வாடகை நூலகம், வீடு தேடி வரும் பருவ ஏடுகள் நூலகம் பத்திரிக்கை நூலகம், துறை தோறும் நூலகம், இப்படிப் பல நூலகங்கள் உலக அளவில் உள்ளன. இப்படிப்பட்ட நூலகங்கள் மூலம் நூல்கள் அறிமுக அளவில் அறிந்து கொள்ள அது பயன்படுகிறது. நூல்களைப் படிப்பதனாலும் வாழ்க்கையில் ஏற்படும் பிரச்சினைகளைச் சந்திக்கவும், வெல்லவும், வழிகாட்டவும், பயன்படுகிறது. இத்தகைய அரிய நூல்களைக் கொண்ட உலக நூலகங்களின் பணியும், பயனும் இன்றியமையாதவையாகும்.

ஒவ்வொரு நாட்டின் சட்ட முறைகளும் வேறு நாட்டின் சட்ட முறைகளைத் தழுவியனவாக அமைந்துள்ளன. இந்தியாவில் உள்ள சட்ட முறைகள் ஆங்கிலேயருடைய சட்டங்களைத் தழுவியதாகும். ஆங்கிலேயரின் சட்ட முறைகள், உரோமரது சட்டமுறைகளைத் தழுவியனவாகும். உரோமனியருடைய சட்டங்கள் கிரேக்கர்களின் சட்டங்களைத் தழுவியவையாகும், கிரேக்கர்களின் சட்டங்கள் ஆசியாவில் அதற்கு முன் புகழ்பட விளங்கிய மனோவ நாகரிகச் சட்டமுறைகளையும் ஆசிய நாடுகளின் சட்ட முறைகளையும் தழுவியதாகும். மினோவ நாகரிகம் தழைத்திருந்த காலத்தே அவர்களுக்கும் இந்தியருக்கும் நெருங்கிய வர்த்தகத் தொடர்பும் அதன் வழி வாணிகச் செலவாணியும் இருந்துள்ளது தெரிய வருகிறது. மினோவ நாகரிகம் பாபிலோனியரது சட்ட முறைகளையும் அடிப்படையாகக் கொண்டிருந்தது. இப்படிப் பார்த்தால் “யாதும் ஊரே யாவரும் கேளிர்” என்ற கூற்றின் உண்மை நமக்குத் தெளிவாக விளங்கும்.

சிந்துவெளி நாகரிகத்திற்கு முந்திய நாகரிகம் பாபிலோனிய அஸிரிய நாகரிகமாகும். ஆனால் அதற்கும் முந்தியது சுமேரிய நாகரிகமாகும். சிந்துவெளி நாகரிகக் காலத்திலேயே நூலகம் மற்றும் நூல்கள் இருந்தமைக்கான சான்றுகள் நமக்குக் கிடைத்துள்ளன. பாபிலோனிய அஸிரிய நாட்டில் மொகஞ்சதாரா செழித்த அதே சமயத்தில் நமது காவியங்களை யொத்த வேறு சில காவியங்கள் இருந்தன. இலக்கணமும், இலக்கியமும் இங்கே செழித்தோங்கி இருந்தன. அவற்றைத் தொகுத்து வைக்கப் புத்தக சாலைக்கும்

எழுத எழுத்தாளர்களும், எழுதியவற்றைப் படிக்க வாசகர்களும் இருந்திருக்க வேண்டும். ஒரு மொழியில் மட்டுமல்லாது அக்காலத்து வழங்கிய பல மொழிகளிலும் அக்காவியங்கள் மொழி பெயர்க்கப்பட்டு உள்ளன என்பது தெளிவாகத் தெரிகிறது.

சுமேரிய நாகரிகத்தில் புத்தகங்கள் 5500 ஆண்டுகளுக்கு முற்பட்ட நூல்கள் உள்ளன. சுமேரியரது பல நகரங்களில் ஒன்றான 'கிஷ்' என்ற நகரில் கி.மு.3100 ஆம் ஆண்டில் அரசாண்ட மெஸ்லிம் என்ற அரசனின் சிலைகளும் சார்ஸாக் என்பவர் கண்டெடுத்த சுமார் 30,000 எழுத்துகள் நிறைந்த பலகைகளும், நிப்பூர் என்னும் இடத்தில் பெரிதும் சிறியதுமான பல கோயில்களும் பக்தர்கள் மற்றும் குருக்கள்கள் வசித்த பல அறைகளும் சுமார் 20,000 எழுத்துப் பலகைகளும் கிடைத்தன.

சுமேரியரின் கதைகளையும் காவியங்களையும் பின்னாளில் அஸிர் பானிபால் தனது மொழியில் மொழி பெயர்த்து தன் புத்தக சாலையில் சேமித்து வைத்தான் என்பது குறிப்பிடத்தக்கது, அஸிரிய இராச்சியத்தின் தலைநகரமாக விளங்கியது நினிவே என்பதாகும். அஸீர் பானிபால் என்ற மன்னன் இந்நகரை மிகவும் செழிப்படையச் செய்தார். அந்நகரம் போர்த்திறனுக்கும், கடவுள் வழிபாட்டிற்கும், கல்வி, கேள்விகளுக்கும், நாகரிக மேம்பாட்டிற்கும், நடு நாயகமாக விளங்கியது. சிறந்ததென்று பாராட்டப்பெற்ற அத்தனை புத்தகங்களையும் கொண்டதான ஒரு சிறந்த புத்தகசாலை இவ்வரசனின் அரண்மனையில் இருந்தது, அஸிரியாவை ஆண்ட கொடுங்கோல்

மன்னர்களில் அஸீர் பானிபால் என்பவன் தன் அரண்மனை மாளிகையில் மிகச் சிறந்ததொரு புத்தக சாலையை வைத்திருந்தான். அஸிரிய மக்களின் நாகரிகத்தை உள்ளங்கை நெல்லிக்கனியென நமக்கு வெளிப்படுத்துவது இந்த புத்தகச்சாலையே ஆகும். இந்தப் புத்தகசாலையின் புத்தகங்கள் இன்று காணப்படும் புத்தகங்களைப் போன்று காகிதத்தில் மை கொண்டு எழுதப்படவில்லை. இன்று உபயோகத்தில் இல்லாத கோடுகளால் ஆன எழுத்துக்களைக் கொண்டு, களிமண் பலகைகளில் எழுதப்பட்ட புத்தகங்கள் இவை. எழுத்துக்களை ஈரக்களிமண் பலகையில் வரைந்த பின்பு அவற்றைச் சுட்டெடுத்து சேமித்து வைத்தனர். அஸீர் பானிபால் சேர்த்து வைத்திருந்த புத்தகங்களில் சுமார் 30,000 இங்கே கிடைத்தன. பாபிலோனிய ஆஸிரிய மக்களின் மாபெரும் காவியங்களையும், நாகரிகத்தையும், கலையுணர்ச்சியையும், இப்புத்தகங்கள் நமக்கு எடுத்துக் கூறுகின்றன. இப்புத்தகங்கள் நமக்கு எடுத்துக் கூறுகின்றன.

இப்புத்தகங்கள் பலவற்றில் வைதிகக் காரியங்களுக்கான பாடல்களும் பிரார்த்தனைப் பாடல்களும் காணப்பட்டன. சில கனவுகளைப் பற்றியும், மாய மந்திரங்களைப் பற்றியும், பேய்களை விரட்டும் தயத்துகள் பற்றியும் எழுதப்பட்டனவாக இருந்தன. பரிசுத்த நீரும், ஏழு என்ற எண்ணும் மிக நல்லவையாகக் கருதப்பட்டன. ஏழு முறை நூலால் சுற்றப்பட்ட பரிசுத்த புத்தகத்திலிருந்து எடுத்தெழுதப்பட்ட வாக்கியங்கள் எந்தப் பேயையும் விரட்டி விடுமாம், பல திறப்பட்ட நோய் என்னும் பேய்களை விரட்டுவதற்கு பல மந்திரங்கள் இங்கே

இருந்தன, பற்பல விதமான கடிதப் போக்குவரத்தும் நடைமுறை விவரங்களும் இங்கே இருந்தன. இத்துடன் உலகிலேயே முதன்மையானது என்று குறிப்பிடத்தகுந்த முதல் மொழியகராதியும் இங்கே இருந்தது. நமக்கு பேராச்சரியத்தை விளைவிக்கிறது.

இவையெல்லாம் இங்கிருந்தால் இந்நாட்டில் பல எழுத்தாளர்கள் இருந்திருக்க வேண்டும். இத்தனை அதிகமான எழுத்துக்களை அதிக நேரத்தைச் செலவழித்து களிமண் பலகையில் எழுதி வாழ்ந்த எழுத்தாளர்களையும், அவர்களுடைய குடும்பங்களுக்கு ஊண், உடை கொடுத்து ஆதரித்த ஒரு நாகரிகம் கண்டிப்பாக இருந்திருக்க வேண்டும். இலக்கணமும், காவியமும், கதையும் முக்கியம் என நினைத்து அவற்றைக் கற்றுணர பள்ளிக்கூடங்களும், கற்பிக்க ஆசிரியர்களும், கற்றுக்கொள்ள மாணவர்கள் கூட்டமும் இருந்திருக்க வேண்டும்.

கணிதம், வானசாஸ்திரம், மருத்துவம், அரசபரம்பரை பற்றிய குறிப்புகள், வரலாறுகள் போன்ற பலகைகளும் இங்கே இருந்தன. இம் மக்கள் வர்த்தகத்திலும் வாணிபத்திலும் ஈடுபட்டு சிறந்திருந்திருக்கலாம். கணிதம் முதலிய கலைகளில் ஈடுபட்டுக் காலத்தைக் கடத்தியிருக்கக்கூடும்.

இந் நாகரிகம் தழைத்த காலம் சுமார் 4000 அல்லது 5000 ஆண்டுகளுக்கு முற்பட்டதாகும். இன்று இப்பலகைகள் இலண்டன் மாநகர கண்காட்சிச் சாலையில் இருக்கின்றன. கொடுங்கோலன் அஸிர் பானிபால் புத்தகசாலையில் இருந்த அகராதிகளின் உதவியுடன் கோட்டெழுத்து முறையினையும் பிற

எழுத்து முறைகளையும் நாம் அறிய முடிந்தது.

பல்வேறு வரலாற்றுக் கதைகள் நமக்கு வியப்பை ஏற்படுத்துகின்றன. நினிவேநகரில் அஸிர் பானிபால் மன்னனின் புத்தகசாலையில் கிடைத்த பலகைகள் இலண்டன் மாநகரத்து அருங்காட்சியத்தை அடைந்தன. அப்பலகைகள் இலண்டன் மாநகரைச் சென்றடைந்த போது அங்கே இருந்த ஜார்ஜ்ஸ்மித் என்பவர் அவற்றை வாசிக்கத் தொடங்கினார். அவர் வாசித்தக் கதை ஏற்கனவே படித்த கதையாக இருப்பதைக் கண்டார். கிறிஸ்தவரான அவர் அக்கதையை விவிலிய நூலில் படித்தது நினைவிற்கு வந்தது. இக்கதை கடவுளின் பக்தனான நோவா என்பவரை குறிக்கும் கதையாகும் (ஆதியாகமம் 6,7,8 ஆம் அதிகாரங்கள்) விவிலியத்தில் காணப்படும் கதைகள் ஆகும்.

ஒருமுறை மக்களின் இழி செயல்களைக் கண்டு கடவுள் கோபமுற்றார். எனவே அவர் உலகத்தைப் பிரளயத்தை ஏற்படுத்தி அழிக்க உறுதி கொண்டார். ஆனால் தனது பக்தரான நோவாவை மட்டும் காப்பாற்ற எண்ணினார். அதன்படி ஒரு கப்பலை உண்டாக்கி அதில் நோவாவையும், அவனது குடும்பத்தினரையும், உலகத்து உயிரினங்களில் வகைக்கு ஓர் ஆணும், பெண்ணுமாகத் தேர்ந்தெடுத்து அவற்றையும் அதில் ஏற்றிவிட்டார். எல்லோரும் கப்பலுக்குள் புகுந்து கதவை அடைத்துக் கொண்டவுடன் பெருத்த மழை பொழிந்து பிரளயம் ஏற்பட்டது. நீரில் மிதந்து சென்ற கப்பல் முடிவில் ஒரு மழை உச்சியின் மீது வந்து நின்றது. அப்போது நோவா, முதலில் ஒரு காகத்தையும் பின்னர் ஒரு புறாவையும் வெளியில் அனுப்பினார். முதலில் சென்ற காகம் போவதும் வருவதுமாக இருந்தது. ஆனால் பின்னர்

சென்ற புறா திரும்ப வரவேயில்லை, பூமியில் இருந்த நீர் வற்றியபடியால் நோவாவும் மற்றவர்களும் கப்பலில் இருந்து வெளியே வந்து வசிக்கத் தொடங்கினர். இப்படி கதை விவிலியத்தில் விரிந்து காணப்படுகிறது.

விவிலியத்தில் காணப்படும் நோவாவின் கதையே கில்கா மேஷின் கதையாக பாபிலோனிய வரலாற்றில் காணப்பட்டது, என்பது நமக்கு வியப்பூட்டும் செய்தியாகும். ஆனால் இங்கே கிடைத்த வரையேடுகளில் கதை முழுவதும் இல்லை. விவிலியத்தில் இக்கதையின் முடிவைத் தெரிந்து கொண்டிருந்த ஸ்மித் கில்கா மேஷின் கதையில் அம்முடிவைத் தேட முயன்றார். மற்ற பலகைகளுடன் இம் முடிவு குறித்த பலகைகள் இலண்டனுக்கு வராத காரணத்தால் இது கோயுஞ் சிக்கிலேயே கிடைக்க வேண்டும் என்று நினைத்தார். ஆகவே அவற்றைத் தேடி அங்கே சென்று அவற்றைத் தோண்டி எடுத்து விட்டார். அவரது அம்முயற்சியின் காரணமாகவும், பயனாகவும் இக்கதை நமக்குக் கிடைத்தது எனலாம். அந்நாட்களில் இக்கதை பெருங்காவியமாகத் திகழ்ந்திருக்க வேண்டும். அமீர் பானிபாலின் புத்தக சாலையில் கிடைத்த பதிப்பைத் தவிர இதற்கும் முந்தியதான சில பதிப்புகளிலும் அக்காலத்து மொழிகளான அக்காடிய, எபிரேய, எகிப்திய மொழிகளில் எழுதப்பட்ட பல மொழி பெயர்ப்புகளிலும் இக்கதை காணப்படுகிறது.

கி.மு.3000க்கு முன்பே இக்கதையில் நடந்த சம்பவங்கள் பலவற்றைப் படங்களாக எழுதியிருக்கின்றனர். பாபிலோனிய அஸிரிய நாகரிகம் தழைத்த எல்லா சுற்றுப்புற நாடுகளிலும் நமது இன்றைய இராமாயணம், மகாராபாரம் போன்று இக்கதையும் பரவி இருந்திருக்க

வேண்டும். இன்று உலகில் நாமறிந்த காவியங்களில் மிகவும் பழமையானது இந்த கில்கா மேஷன் கதையே ஆகும்.

இக்கதை வழி சுமார் 5500 ஆண்டுகளுக்கு முன்னரே அதாவது சுமேரிய நாகரிகக் காலத்திலேயே புத்தகங்களும், புத்தகசாலைகளும் வழக்கில் இருந்தன என்பதும், சுமார் 3000 ஆண்டுகளுக்கு முன்பே வரையேடுகளில் புத்தகங்கள் காணப்பட்டன என்பதும் நமக்குப் பெருமையையும், ஆச்சரியத்தையும் தருகின்றது.

பண்டை நாளில் உரோமப்புரியில் நூல்கள் சுருள் வடிவில் மெழுகிட்ட உள் மடிப்புள்ள ஈரிதழ் எழுது பட்டிகை கோடக்ஸ் ஆகிய வடிவங்களில் வெளியிடப் பெற்றன. சுருள் வடிவம் எழுதுவதற்கும் பார்ப்பதற்கும் ஏற்றதாக இல்லாத காரணத்தால் கோடக்ஸ் வடிவமே அனைவராலும் நடைமுறைப்படுத்தப்பட்டது, அதற்கு மக்களிடையே அதிக செல்வாக்கு ஏற்பட்டது கிரேக்கர்களாலும் கோடக்ஸ் வடிவம் பின்பற்றப்பட்டது. கிறித்தவ நூல்கள் அனைத்தும் கோடக்ஸ் வடிவிலேயே வெளியிடப் பெற்றன. புறச்சமய நூல்கள் கோரையின் நீர்ப்பூண்டிலிருந்து தயாரிக்கப்பட்ட சுருள் வடிவ வரை தாலிகளால் ஆக்கப்பெற்றன.

சட்டம், சமயம், தத்துவம், அரசியல், அறிவியல், கணிதம் ஆகிய பொருள்கள் குறித்து பல நூல்கள் எழுந்தன. வாழ்விற்கு வழிகாட்டும் நூல்கள் எழுதப்பெற்றன. வீரத்தின் விளைநிலமான கிரேக்கத்தை வீழ்த்திய உரோமானிய படைத்தலைவர்கள் அங்கிருந்த நூலகங்கள் அனைத்தையும் தங்கள் நாட்டிற்கே திரைப்பொருளாகக் கொண்டு வந்தனர். அக்காலத்தில் போரில் வென்றவர்களுக்குக் கிடைக்கும் ஆதாயங்களில்

நூலகமும் ஒன்றாகக் கருதப்பட்டது. அடிப்படைத் தலைவர்கள் தாங்கள் கைப்பற்றி வந்த அத்தகு நூல்களைத் தமது உடைமைகளாக்கிக் கொண்டனர். அந்நாளில் நூல்களைச் சேமிப்பதும் சேமித்த நூல்களைக் கொண்டு நூலகங்கள் அமைப்பதும் செல்வந்தர்களின் ஆசையாக இருந்தது. எழுதப் படிக்கத் தெரியாதவர்களாக இருந்தாலும் உரோமாபுரிச் செல்வந்தர்கள் பலர் தங்கள் இல்லங்களில் நூலகம் அமைப்பதைப் பெருமையாகக் கருதினர். மக்கள் இவ்வாறு நூலகம் அமைத்து அதிலுள்ள நூல்களைக் கற்றதன் மூலம் வாழ்க்கையில் முன்னேறினர். பொருளாதார நிலை உயர்ந்தது. மக்களின் வாழ்க்கைத் தரம் உயர்ந்தது. உரோமாபுரியில் உள்ள நூலகங்களின் வாயில்களில் பெண் தெய்வமான மினர்வாவின் சிலைகள் காணப்பட்டன.

அந்நாளைய தலைசிறந்த எழுத்தாளர்களின் மார்பளவுச் சிலைகளும் உருவப்படங்களும் அந்நூலகங்களில் அமைந்த படிப்பறைகளை அலங்கரித்தன. பகலவனின் காலை இளங்கதிர்கள் ஒளியினைப் பெறும் வகையில் அதாவது இயற்கையாக சூரிய ஒளி தங்கு தடையின்றி அவ்வறைகளில் புகுந்து வெளிச்சம் தரும் வகையில், படிப்பறைகள் யாவும் கிழக்குத் திசையை நோக்கி கட்டப்பட்டிருந்தன. நூலகங்கள் அழகும், பொழிவும் மிகுந்து காட்சியளித்தன. பொது நூலகங்களில் நூலகர்கள் ஓர் உயர்தர அதிகாரிகளாகச் சமுதாயத்தில் அனைவராலும் மதிக்கப்பட்டனர். சமுதாயத்தில் அவர்களுக்குப் பெரு மதிப்பும் மிக உயர்ந்த நிலையும் கொடுக்கப்பட்டிருந்தன.

3. உலக நாடுகளில் நூலகத்தின் நிலை

உலக நாடுகளான அமெரிக்காவில் நூலகம் சிறப்பாக வளர்ச்சியடைந்துள்ளது. அமெரிக்கர்கள் தங்கள் சுய வளர்ச்சிக்குத் தாங்களே படிப்பதை ஒரு வழி எனக் கண்டனர். படிப்போர் தொகை பெருகியது. விரிவான பயனை அடைந்தனர். ஆகவே பொது மக்களின் இடைவிடாத தூண்டுதலினால் சிறப்பான பொது நூலகங்கள் தோன்றின. பொது நூலகப் பணி உதயமாயிற்று

அமெரிக்காவில் குடியாட்சி நன்கு ஓங்கி வளர்ந்ததன் பயனாக அதிக எண்ணிக்கையில் பொது நூலகங்கள் பரவலாகத் தோன்றி வளர்ந்தன. ஐரோப்பாவில் தோன்றிய தொழிற் புரட்சி 1920 ஆம் நூற்றாண்டுகளில் அமெரிக்காவிற்குப் பரவியது. தொழில் வளர்ச்சிக்கு உயிர்நாடி போன்றவை செய்திகளும் தகவல்களும் ஆகும்.

அத்தகைய செய்திகளைத் திரட்டித் தரும் நூலகங்கள்

மிக மிக முக்கியத்துவம் பெற்று வளர்ச்சி அடைய ஆரம்பித்தது. அமெரிக்கா தொழில் மயமானது. இயந்திரங்களின் உபயோகம் பெருகியது. ஓய்வு நேரம் மிகுதியாகக் கிடைக்க ஆரம்பித்தது. வாழ்க்கைத் தரமும் உயர்ந்தது. வாழ்க்கைத் தரத்தின் உயர்வால் ஓய்வின் பயனால் அறிவுப் பசி அதிகரித்தது. இத்தகைய அறிவுத் தாகத்தைத் தீர்க்க நூலகங்கள் பெருமளவில் தோன்றின. நூலகப் பணி சிறப்பாக நடந்தது. மக்கள் அறிவுச் செல்வம் பெற்று அகமகிழ்ந்தனர். அமெரிக்காவில் நூலகச் சங்கங்கள் வைத்து நூலகத்தை வளர்ச்சியடையச் செய்தனர்.

சுவிட்சர்லாந்து பொது நூலக வளர்ச்சி

இந்நாடு "உலகின் மாதிரிக் குடியரசு" என்று அனைவராலும் போற்றப்படும் அழகிய நாடாகும். 1970ல் 60 லட்சம் பேர் இருந்திருக்கலாம் என மதிப்பிட்டனர். உலகத்தின் முதலாவது சோஷலிஸ அரசின் நிறுவனர் லெனின் பயன்படுத்திய நூலகம் இந்நாட்டில் உள்ளது. இங்கு இப்படிப் பல புகழ் பெற்ற நூலகங்கள் உள்ளன.

1879ல் சுவிஸ் நூலகர்கள் கழகம் நிறுவப்பட்டது, நூலகர்களின் ஒற்றுமை, மக்களிடையே நூலக உணர்வு பெருகி நூலகப் பணி சிறப்பாக அமைந்து நூலக இயக்கம் வளர வழி கோலியது. பொது நூலகங்கள் தோன்றி மக்களுக்கு நல்ல சேவை செய்ய நூலகர்கள் கழகம் உதவியது. இதனால் நாட்டில் சமூக ஒற்றுமை நிலவியது அரசியல் பூசல்கள் தவிர்க்கப்பட்டன, அரசியல்வாதிகள் நூலகங்களைப் பயன்படுத்தி நாடு முன்னேற உழைத்தனர். சுவிஸ் நூலகச்

சங்கம் அனைவருக்கும் நூலகப்பணி கிடைத்திட்ட சாதனையைப் புரிந்தது. அதன் உழைப்பு உவகை ஊட்டியது. இவ்வாறு நூலகம் வளர்ச்சியடைந்துள்ளது. ஐ.நா. சபைக்காக அமைந்தும், உலக மக்கள் அனைவரும் பயன்படுத்துகிற நூலகமாகத் திகழ்கிறது.

சுவிட்சர்லாந்து பொது நூலகம். உலகில் சமாதானம் நிலவ நட்பு வளர பொருளாதார கலாச்சார பண்பாடுகள் உயர இந்நூலகம் பெரிதும் உதவுகிறது. பல சிக்கலான பொருளாதாரச் சட்டக் கேள்விகளுக்கும் பிரச்சினைகளுக்கும் பதில் தரப் பெரிதும் உதவுவது இந்நூலகத்தின் சிறப்பம்சமாகும்.

பின்லாந்திலும் பொது நூலகம் வளர்ச்சியடைந்து மக்கள் பயன்களைப் பெறுகின்றனர். இங்கு இலவசக் கல்வியைப் பெற்று அனைவரும் கல்வி அறிவு பெற்றுள்ளனர். மதக் குருக்களும் மாணவர்களும் சேர்ந்து பல நூலகங்களை நிறுவியுள்ளனர். கிராம மக்கள். விவசாயிகள், மாணவர்கள், மதக் குருக்கள் அனைவரும் ஒன்றுபட்டு உழைத்து அனைவருக்கும் இலவச நூலகப் பணி கிடைத்திட வழி செய்துவிட்டனர். பல நூலகச் சங்கங்கள் அமைத்து நூலகத்தை வளர்ச்சியடையச் செய்தனர்.

ஜெர்மன் பொது நூலக வளர்ச்சி:

ஜெர்மன் நாட்டின் மிக முக்கியமான மிகப்பெரிய நூலகம் ஜெர்மன் அரசு நூலகம்தான், இது ஜி.டி ஆர் இன் மைய விஞ்ஞான நூலகம் என வருணிக்கப்படுகிறது. ஜி.டி.ஆர் இல் ஏற்பட்ட சமுதாயப் பொருளாதார அரசியல் மாற்றங்களால் உயர்குடி வகுப்பாரின் விசேஷ

சலுகைகள் ஒழிந்தன எந்தக் குடிமகனும் இந்நூலகத்தைப் பயன்படுத்தலாம். ஜெர்மனில் நூலகம் முழு வளர்ச்சி பெற்றுத் திகழ்கிறது. ஆண்டவனால் உலகத்துக்கு அனுப்பப்பட்ட நற்பொருள்கள் யாவும் புனித ஆகமங்களின் பொன்மொழியாலும் மற்றும் உலக அறிவு அனைத்தும் இங்கு உள்ளன என்று அந்த மடத்தின் தலைவர் இலத்தீன் மொழியில் பாடியிருக்கிறார். ஜெர்மனியில் நூலகர்களுக்கு என்று தனி விதி இருந்தது. "என் சக்தி முழுவதும் மற்றவர்களுக்கு சேவை செய்வதிலேயே" என்பது அவர்கள் நூலகர்களுக்கு வகுத்த விதியாயிற்று. ஜெர்மன் நூலகங்கள் மிகச் சிறப்பாகச் செயல்படுகின்றன.

டென்மார்க் பொது நூலக வளர்ச்சி

டென்மார்க்கில் தேசிய நூலகம் உள்ளது. கிரிஸ்டியன் போர்க் கோட்டையில் நூலகக் கட்டடம் கட்டப்பட்டது. இது 1667ல் ஆரம்பமாயிற்று. 1793ல் இது தேசிய நூலகமாகத் திறக்கப்பட்டது. பொது நூலக இயக்கம் இன்று ஆல் போல் வளர்ந்து விட்டது. பொது நூலகங்கள் மக்களுக்குப் பணிபுரிந்திருக்கின்றன. மடாலயங்களும். மதச்சபைகளும். மன்னர்களும் பொது நூலக இயக்க வளர்ச்சிக்கும் பெரிதும் உதவுகின்றனர். அப்போதே கல்வி நிறுவனங்களும் நூலகங்களை நிறுவி பயன்படுத்தி இருக்கின்றன.

டென்மார்க்கில் உள்ள எல்லா நூல்களும் அனைவருக்கும் பயன்படும் பொருட்டு கூட்டுறவு நூலகப்பணித் திட்ட அமைப்புச் சிறப்பாகச் செயல்படுகிறது. பொது நூலகங்களைப் பயன்படுத்த முடியாதவர்களுக்கு கடல் பிரயாணிகள் நூலகம்,

ஆஸ்துமா நோயாளிகளுக்குப் பயன்படும் "ஆஸ்பத்திரி மத்திய நூலகம்" இப்படி பல சிறப்பு நூலகங்கள் தனி சிறப்புடன் காணப்படுகின்றன. "வாசகருக்கு ஏற்ற நூல்கள்" நூலகப் பஞ்சசீலக் கொள்கையை டென்மார்க் நூலகங்கள் பயன்படுத்துகின்றன. மக்களுக்குத் தேவையான நூலகப்பணியை முழு அளவில் தருகின்றன. பயனை மிகுவிக்கின்றன. 3300 பேர் வசிக்கும் ஒவ்வொரு ஊரிலும் ஒரு பொது நூலகம் நூலகப் பணியாற்றுகிறது. இதனால் நூலகம் வளர்ச்சியடைந்துள்ளது.

லெனின் நூலகம் :

மாஸ்கோவிலுள்ள லெனின் நூல் நிலையம் சோவியத் யூனியனின் மிகப் பெரிய நூல் நிலையமாகும். இங்கு வாசகர்களின் வசதியைக் கருதி வாசிப்பு கூடங்கள் மாறுபட்ட கோட்பாடுகளின் அடிப்படையில் செயல்பட்டு வருகின்றன. ஓராண்டுக் காலத்தில் வாசகர்களுக்கு 1 கோடி 30 இலட்சம் நூல்கள் வழங்கப்பட்டன. நூலகத்தில் இசைப்பிரிவு என அமைக்கப்பட்டு அங்கு பழைய இசைத் தட்டுகளின் மூலம் இசைப்பிரியர்களுக்காகச் சனிக்கிழமை தோறும் அரிய இசை விருந்தளிக்கப்படுகிறது. லெனின் நூலகம் வெளியிடும் குறிப்பேடுகள் நாடெங்கிலுமுள்ள நூல்கள் தமது பணியை ஒழுங்கமைத்துக் கொள்வதற்குப் பயன்படுகிறது.

ஆஸ்திரேலியா பொது நூலகம் :

மக்களுக்காகத்தான் நூலகங்கள். அவர்களின் ரசனைக்கேற்பவே நூலகப்பணி அமைய வேண்டும்.

உலகில் உள்ள கண்டங்களில் மிகச்சிறியது ஆஸ்திரேலியாதான். ஆனால் அங்கு நூலகம் நன்கு வளர்ச்சி அடைந்துள்ளது. நாட்டின் பொது நூலகப்பணி விரைவாக வளர்ந்திட சங்கம் திட்டமிட்டுச் செயலாற்றியது. நூலகச் சங்கம் இரண்டாண்டுக்கு ஒரு முறை மாநாடுகளைச் சிறப்பாக நடத்துகிறது. ஆஸ்திரேலியாவில் பொது நூலகங்கள் தரமான நூலகப் பணி புரிகின்றன. மக்கள் மனதைக் கவரும் வண்ணம் நூலகங்கள் வனப்புமிக்க எழிலுடன் நவீன வசதிகளுடனும் தோற்றுவிக்கப்படுகின்றன.

அமெரிக்காவில் நூலகத்தின் நிலை மிகவும் சிறப்பாக அமைந்துள்ளது. அமெரிக்காவில் ஆதி முதல் கல்லூரி நூலகங்கள் புத்தகங்கள் பருவ ஏடுகளின் படிப்பகமாக மட்டுமே பயன்பட்டு வந்தன. இன்று அந்நிலை மாறி இயந்திர நுணுக்கப்பகுதிகளும் நூலகங்களில் இணைக்கப்பட்டு நூலகங்கள் மேலும் பயன் மிக்கதாக ஆக்கப்பட்டுள்ளன. கல்லூரிகளில் உள்ள நூலகக் கட்டட அமைப்பு கண்ணைக் கவரும் வண்ணம் அமைக்கப்பட்டுள்ளன. அமெரிக்காவில் ஓரல் ஹபர்ட்ஸ் பல்கலைக்கழக நூலகம் அமெரிக்காவின் தென்மேற்கு பகுதியில் அமைந்துள்ள ஒக்லகோமா, குல்சாவிலுள்ள புதிய ஓரல் ஹபர்ட்ஸ் பல்கலைக்கழகக் கட்டடம் இத்தகைய மாற்றங்களுடன் அமைக்கப்பட்டு புதிய பொலிவுடன் விளங்குகிறது. இங்கே சுழற்படிக்கட்டும், டிஜிட்டல் கம்யூட்டரும் உண்டு.

நூலகக் கட்டடத்தில் முதல் மாடியில் பரிசோதனைச் சாலைகளும், வகுப்பறைகளும், டெலிவிஷன் ரேடியோ ஸ்டேஷன்களும் அவற்றைக்

கேட்கவும், பார்க்கவும், அரங்கங்களும் உள்ளன. உங்களுக்குத் தேவையான செய்திகள் வேண்டுமா? டயல் செய்யுங்கள் உடன் கிடைக்கும். இங்கே ஒரு எண்ணைச் சுழற்றினால் தேவையான செய்திகளை ஒரு சில வினாடிகளுக்குள்ளேயே தரக்கூடிய கம்ப்யூட்டர்கள் உண்டு. நூலகத்தின் இரண்டாவது மாடியினுள் புக் ஸ்டோரில் விற்பனைக்குப் புத்தகங்கள் உண்டு. இங்கே திரையரங்கு, வகுப்பறைகள், மொழி ஆராய்ச்சிச் சாலைகளும் உண்டு. ஒரு பொத்தானை விரலினாற் சுண்டினால் தங்கள் குரலைப் பதிவு செய்யவும், இன்னொன்றை அமுக்கினால் முன்னமே பதிவு செய்யப்பட்ட ஆசிரியரின் உச்சரிப்பைக் கேட்கவும் வசதி உள்ளது.

நடக்க மெத்தென்றிருக்கும் வசதிகள் கொண்ட சுழல் படிகட்டுகளின் மூலம் நூல்கள் உள்ள 3 மாடிகளுக்கும் 3,4,5 மாடிகளுள்ள படிப்பறைகளுக்கும் செல்லலாம். கடைசி மாடியில் நிர்வாக அலுவலகம் அமைந்துள்ளது. ஆண்டு முழுவதும் இந்நூலகம் குளிர்சாதன வசதியும், குளு குளு அறைகளும், கட்டுப்படுத்தப்பட்ட ஒலி, ஒளி அமைப்பு ஏற்பாடுகளும் உள்ளன. இவ்வாறு மாணவர்களுக்கு நூலகத்தில் நல்ல வசதிகளை ஏற்படுத்தி படிப்பதற்கு இந்நூலகம் மாணவர்களை ஊக்கப்படுத்துகிறது.

இவற்றைப் போலவே அரிசோனா மாநில பல்கலைக்கழகம், சேபட்ஜூனியர் கல்லூரி நூலகம் போன்றவை அமைந்துள்ளன. அமெரிக்காவில் நூலகப் பயிற்சி தரமாக நடைபெறுவதால் பொது நூலகங்களிலும் நூலகப் பணி சிறப்பாக நடைபெறுகிறது. 1966 ல்

அமெரிக்கக் குடியரசுத் தலைவர் ஜான்சன் 1956 ஆம் ஆண்டு நிறைவேறிய நூலகச் சட்டத்திற்கு திருத்தத்தை நிறைவேற்றி வைத்தார். அமெரிக்க நூலகச் சங்கம் நூலகத் தர நிர்ணயம் செய்துள்ளது. ஒவ்வொரு நபரும் ஓர் ஆண்டுக்கு குறைந்தது, 3 டாலர்களாக / பொது நூலகப் பணிக் கொடை செலவழிக்க வேண்டும். ஆண்டுக்கு 5000 நூல்களைச் சேர்க்கும் 100,000 நூல்களைக் கொண்ட பொது நூலகமே தரமான நூலகம் ஆகும்.

அமெரிக்கப் பள்ளிகளில் நூலகப் பணியின் தரம் உயர்ந்து விட்டது. இங்கு மலிவான நூல்கள் நிறைய வெளியாகின்றன. தனிப்பட்டவர்களின் நூல்கள் வாங்கும் சக்தியும் உயர்ந்துள்ளது. இக்காரணங்களில் பொது நூலகங்களில் வீட்டிற்குப் படிக்க எடுத்துச் செல்லும் நூல்களின் எண்ணிக்கை குறைந்து விட்டது. அதனால் நூலகப்பணி இன்னும் சிறப்பாக நடைபெற முயற்சி எடுக்கப்பட்டு வருகிறது. அமெரிக்காவில் பார்வையற்றோருக்கான நூல்கள் பல உள்ளன.

ஐரோப்பாவில் உள்ள பிரிட்டிஷ் மியூசிய நூலகம் மிகப்பெரும் எண்ணிக்கையில் புத்தகங்களும் கையெழுத்துப் பிரதிகளும் அடங்கிய நூலகம் பிரிட்டிஷ் மியூசியத்தில் உள்ள நூலகம் தான். உலகிலேயே இதுதான் மிகப்பெரிய நூலகமாகக் கருதப்படுகிறது. இங்கு பல மில்லியன் புத்தகங்கள் இருக்கின்றன. புத்தக அலமாரிகளை வரிசையாக அடுக்கிக் கொண்டே போனால் அலமாரியிலிருந்து கடைசி அலமாரிக்குச் செல்ல விமானப் பயணம் மேற்கொள்ள வேண்டும். அவ்வளவு மைல்கள் தூரத்திற்கு இவை நீண்டு

கொண்டே போகும்.

பிரிட்டனில் வெளியிடப்படும் புத்தகங்கள், சஞ்சிகைகள், பத்திரிக்கைகள் ஆகிய அனைத்தும் இந்நூல் நிலையத்திற்கு அனுப்பி வைக்கப்படுகின்றன. வெளியிடுபவர்கள் ஒரு பிரதியை அனுப்ப வேண்டும் என்ற சட்டம் இருக்கிறது. 1842ல் பிரிட்டிஷ் நாடாளுமன்றம் இதற்கு ஒரு சட்டம் இயற்றியது. மிகவும் பயனுள்ள நூலகமாக இருக்கிறது. பல்கலைக்கழகப் பேராசிரியர்கள், கல்வி நிறுவனங்களில் பணியாற்றுவோர், பல்வகை ஆராய்ச்சியாளர்கள், மாணவர்கள் ஆகியோருக்குப் பெருமளவில் உதவுகின்றது. உலக நாடுகளில் இவ்வாறு நூலகம் வளர்ச்சியடைந்துள்ளது.

4. ஆசிய நாடுகளில் நூலகத்தின் நிலை

ஜப்பான் பொது நூலகம்

ஆசிய நாடுகளில் ஒன்றான ஜப்பானில் பொது நூலகத்தின் நிலை எவ்வாறு அமைந்துள்ளது என்பதைக் காணலாம் ஜப்பான் மக்கள் அனைவருக்கும் இரண்டு நூற்றாண்டுகளுக்கு முன்பே இலவசப் பொது நூலகப்பணி கிடைத்திட வழி பிறந்து விட்டது. 17ம் நூற்றாண்டின் முற்பகுதியில் மன்னரின் தலைநகர் டோக்கியோவிற்கு மாறியது. "பழையன கழிதலும், புதியன புகுதலும்" என்ற கொள்கையை ஜப்பானிய சமுதாயம் சிறப்பாக வரவேற்றது. நவீன புதுமை மிக்க நாகரிகத்தை ஏற்றுக் கொண்டது. ஜப்பானிய செல்வந்தர்களின் பொருளாதார வளம் பெறுகிறது. மத்தியத் தரக் குடும்பத்தினரின் வருவாய் உயர்ந்தது. கல்வி வேகமாகக் காட்டுத் தீயாய்ப் பரவியது. அதனால் நூல் பதிப்புத் தொழில் செழித்தோங்கியது, அறிஞர்களும் தர்ம சிந்தனையுள்ள, வியாபாரப் பெருமக்களும்

நூலகங்களை நிறுவினார்கள். ஜப்பானில் நூலகத்தின் வளர்ச்சி நிலைகள் படிப்படியாக முன்னேறின.

ஜப்பான் 19ஆம் நூற்றாண்டில் உலக நடப்புகளை ஊன்றிக் கவனித்தது. உற்று நோக்கியது. சைனாவை ஊடுருவிப் பார்த்து தனது நாடு ஆக்கிரமிப்புக்கு இலக்காகும் சூழ்நிலை உருவாகிவிட்டதை உணர்ந்தது. இதன் காரணமாக உலகம் செல்லும் போக்கிலேயே ஜப்பானும் சென்றது. ஜப்பான் பல துறை நிபுணர்களை வெளிநாடுகளுக்கு அனுப்ப ஜப்பான் சூழ்நிலைக்கு ஒத்து வரும் முன்னேற்றத் திட்டத்தை வரைய ஏற்பாடு செய்தது. இதனால் அமெரிக்கா, ஜெர்மனி, பிரான்சு நாடுகளின் புரட்சித் திட்டங்கள் மட்டும் ஜப்பானிய முன்னேற்றத்திற்கு உதவாது எனவும் கண்டது. ஜப்பானிய மக்களிடையே கட்டாயம் மன மாற்றம் தேவைப்பட்டது. இது மெதுவாகத்தான் நடக்கும் என அறிந்ததும் இத்தகைய மனமாற்றமே, ஒரு குறிப்பிட்ட இலக்கு நோக்கிச் செல்ல உதவும் என அவர்கள் கருதினர்.

நாட்டின் வளர்ச்சியே தங்கள் வளர்ச்சி என ஜப்பானியன் ஒவ்வொருவரும் கருதினார்கள். ஜப்பானிய கிராமத்தில் உள்ள மக்கள் கூட கல்வி கற்பதன் அவசியத்தை உணர்ந்திருந்தனர். கிராம மக்கள் அறிவு வளர்ச்சியில் பின் தங்கி விடவில்லை. ஒவ்வொரு குடும்பமும், அக்குடும்ப அங்கத்தினர்களும், கல்வி பெறுவது அவசியம் என உணர்ந்தனர். இந்த நோக்கில் தான் ஜப்பானிய கல்வித்திட்டம் தயாரிக்கப்பட்டு, 1872ல் அரசு ஆணையால் நடைமுறைக்குக் கொண்டு வரப்பட்டு செயல்படுத்தப்பட்டது.

ஜப்பானிலும் இலவசக் கல்வி அறிமுகப்படுத்தப் பட்டது. 'அனைவருக்கும் கல்வி' என்ற திட்டம் சிறப்பாக ஈடேறினாலும் ஒரு தலைமுறை தனியாகச் சமாளித்து முன்னேற வேண்டி வந்தது. 'அனைவருக்கும் இலவச நூலகப்பணி' என்ற திட்டமும் சேர்ந்தால்தான் கல்வியின் முழு முன்னேற்றமும் கிடைக்கும் என உணர்ந்தனர். "இரட்டைக் குழல் துப்பாக்கியின்" பலம் சக்தி வாய்ந்தது. ஜப்பானிய மக்கள் 19ம் நூற்றாண்டின் பிற்பகுதியில் அமெரிக்க, ஐரோப்பிய நாடுகளைச் சார்ந்த நூலகங்களைப் பற்றி தெரிந்து கொள்ளலாம்.

1861ம் ஆண்டு ஒகாடேனோ மாரிடா என்பவர் நியூயார்க்கின் மிகப்பெரிய பொது நூலகத்தைப் பற்றித் தனது அறிக்கையில் மிக அழகாக விவரித்துள்ளார். 1866 ஆம் ஆண்டு யுகிச்சிபுகுஜாவா என்பவர் பிரிட்டிஷ் மியூசியம், பிப்ளியோதக் நேஷனர் போன்றவை பற்றித் தனது 'மேலை நாடுகளில்' என்ற குறிப்பில் விவரமாகக் கூறியிருந்தார். 1871ம் ஆண்டு பியூசிமாரோடனாகாவும் ஐரோப்பிய தூதரும் மேற்கத்திய நூலகங்களைப் பற்றி 5 பாகங்களில் அறிக்கை ஒன்றைச் சமர்ப்பித்தார். 1871ம் ஆண்டு செய்ரிஜிஇசிகாலா என்பவர் மெமோரியல் ஆன் பில்டிங் தி லைப்ரரி எழுதினார். அதன் பலனாக 1872ல் அரசு முதல் நூலகம் ஒன்றை நிறுவி, பொதுமக்கள் பயன்படுத்த அனுமதித்தது.

1897ல் டேனிடேரோமெகாடோ என்பவர் அமெரிக்கக் கல்வியின் சிறப்பு அம்சங்களை ஜப்பானில் பதித்தார். பொது நூலகங்கள் பற்றிக் கட்டுரைகள் திரட்டினார். இந்த அறிக்கைகள் ஜப்பானிய மக்களிடம் 'அனைவருக்கும் இலவச நூலகப் பணி தேவை' என்ற

எண்ணத்தை வலுபடுத்தி வளர்த்தன. ஜப்பானியக் கல்விக் கழகம் பொதுவாக இயக்கம் நன்கு பரவி வளர 1890ல் உதவத் தொடங்கியது. தர்மகர்த்தாக்கள் பலர் நன்கொடை அளித்து பல நூலகங்கள் தோன்றின.

டோக்கியோவுக்கு வெளியில் 17 நூலகங்கள் இருந்தன. அவை நகராண்மைக் கழகத்தாலும் தனியாராலும் நிர்வகிக்கப்பெற்றன. 54,000 வாசகர்கள் இந்நூலகங்களைப் பயன்படுத்தினர். ஜப்பானியக் கல்விக்கழகம், தானே சொந்தமாக நூலகம் ஒன்றை நிறுவியது. இரண்டாண்டு கழித்து இந்நூலகம் டோக்கியோ நூலகத்தின் கிளை நூலகமாக மாறியது. இந்நூலகத்தின் பணி மக்களை வெகுவாகக் கவர்ந்தது. இந்த வெற்றியால் உள்ளூர் கல்விக் கழகங்கள் ஜப்பான் நாடு முழுவதும் நூலகங்களை நிறுவியது.

ஜப்பானிய நூலகச் சங்கம் தோன்றியது. இச்சங்கத்தை திரு. இனகி டானகா மற்றும் பிரபல நூலகர்கள் ஒன்று கூடித் தொடங்கி கட்டிக் காத்து வளர்த்தனர். ஜப்பானில் நூலகங்களும் நூலகர்களும் ஒன்று சேர்ந்து சாதனைகளைச் சாதித்தனர். 1923 முதல் தேசிய நூலக வாரம் ஆண்டு தோறும் நாடு முழுவதிலும் கோலாகலமாக ஒரு வாரம் கொண்டாடப்படுகிறது. 1899ஆம் ஆண்டு நவம்பரில் நூலக அவசரச் சட்டம் வந்தது. இச்சட்டம் ஜப்பான் பொது நூலக வளர்ச்சி வரலாற்றில் பொன்னெழுத்துக்களால் பொறிக்கப்பட வேண்டிய சிறப்பு இடத்தைப் பெற்றுள்ளது. இச்சட்டத்தை கல்வித்துறையினர் பொது நூலக வளர்ச்சியில் ஆர்வம் காட்டினர். சிறப்பாக வளர்ச்சியடைந்தது.

ஜப்பானிய நாடாளுமன்றத்தைத்தான் 'டயட்'

என்பர். இது சக்தி வாய்ந்தது. இத்தகைய ஜப்பானிய தேசிய 'டயட்' 1950ல் முந்திய நூலக அவசரச் சட்டத்திற்குப் பதில் நூலகச்சட்டம் ஒன்றை எல்லா சம்பிரதாயங்களுடனும் கொண்டு வந்து சட்டமாக நிறைவேற்றியது. நூலகக் கழகம் நூலகக் கமிட்டி ஒன்றை நிறுவியது. இத்தகைய கண்காணிப்புப் பணியால் நூலகச் சட்டம் சரியான தேவையான மாற்றங்களுடன், திட்டமிட்ட இலவசப் பொது நூலகப்பணி ஜப்பான் என்னும் நிப்பான் நாட்டில் வளர்ந்தது. சட்டத்திலிருந்த குறைபாடுகள் நீக்கப்பட்டன. இச்சட்டத்தின் மூலம் ஜப்பானில் நாடு முழுவதும் இலவச நூலகப்பணி பெற வழிவகை செய்யப்பட்டது.

நூலகர்களுக்குத் தொழிலில் அந்தஸ்தும் நல்ல வருவாயும் பெறச் செய்தது. பொதுக் கல்வியும், நூலகச் சிறப்புக் கல்வியும் நூலகர்கள் பெற்றிருப்பது அவசியம் என உணர்த்தியது. இப்படித் தரமான நூலகச் சேவை புரிய அரசு மானிய உதவி செய்து ஊக்கமூட்டியது. இவ்வாறு சிறப்பாக நூலகச் சட்டம் பணியாற்ற அரசு உதவியது. நூலகத்திற்கு தேவையான சிறப்பு திருத்தங்களைச் சிபாரிசு செய்தது சட்டப்பூர்வமாக பிராந்திய பொது நூலகங்கள் ஏற்படுத்தப்பட வேண்டும். நாடு முழுவதும் தேசிய நூலகப் பணி ஒரே மாதிரியாக இருக்க அமைப்பை உருவாக்கியது. நகராண்மைக் கழகம், நகரக் கிராம நூலகங்கள் மத்திய நூலகங்கள், தேசிய நூலகங்கள் என்று பல நிலைகளைக் கொண்டுள்ளது. இப்படிப் பல புதிய திருத்தங்கள் ஆலோசனைகளாகக் கூறப்பட்டன. அவை ஏற்றுக் கொள்ளப்பட்டன.

1967ல் 3 தேசிய, 2 நகராண்மைக் கழக, 17 தனியார்

கல்லூரிகளும் பல்கலைக்கழகங்களும் 6 தனியார் ஜுனியர் கல்லூரிகளும் பொது நூலகர்களுக்கான சர்டிபிகேட் நூலக இயல் படிப்பை நடத்துகின்றன. ஆசிரியர்களாகப் பணிபுரிவோர் நூலகர்களாகவும் பணியாற்ற ஆசிரியர் நூலகர் சான்றிதழ் பயிற்சியும் தரப்படுகிறது. பள்ளி நூலகச் சட்டம் இத்தகைய பயிற்சிக்கும் படிப்புக்கும் வழி வகை செய்துள்ளது.

1921ல் ஜப்பானிய கல்வி அமைச்சகம் நூலகப் பயிற்சி நிலையத்தை நிறுவியது. ஜப்பானில் உள்ள நூலக இயல் பள்ளிகளில் இதுதான் மிகப் பழமையானது. 1964 ஏப்ரலில் உயர்நிலைப் பள்ளி என்ற நிலையிலிருந்து ஜூனியர் கல்லூரியாக உயர்த்தப்பட்டது. ஜப்பானிய நூலகப்பள்ளி 'கியோ' பல்கலைக்கழகத்துடன் இணைந்ததாகும். ஜப்பானில் நூலகவரி என்று தனியாக ஒன்று விதிப்பதில்லை. 1950 நூலகச் சட்டப்படி முனிசிபல், டவுண், கிராம நூலகங்களுக்கான பண உதவியை அரசு அதிகரித்து ஆதரவை நல்கியுள்ளது. உள்ளூர் அரசின் பொது வரி வசூலிலிருந்து மானியமாகவும் உதவி நிதியாகவும் பண உதவிகள் வழங்கப்படுகின்றன. தனியார் கழகங்கள் தொடங்கிய நூலகங்களை இன்று அரசு திட்டமிட்டு தொடர்ந்து செயல்பட உதவி வருகிறது. அரசு தான் நூலகங்களை நிர்வகிக்கிறது. ஜப்பானிய கலாச்சார வாழ்வில் பொது நூலக வளர்ச்சியும் பணியும் சிறப்பான இடத்தைப் பெற்றுள்ளது. பொது நூலகங்களுக்குத் தலைமையகம் தேசிய நூலகம் தான் மணிமகுடம் போன்றது. இத்தகைய சிறப்புமிக்க ஜப்பான் தேசிய நூலகம் 1960 முதல் நவீன நூலகக் கட்டடத்தில் குடியேறிப் பணியாற்றி வருகிறது.

இத்தகைய நவீன நூலகக் கட்டடம் டோக்கியோ நகரில் அமைந்துள்ளது.

இந்தோனேஷியப் பொது நூலகங்கள் :

இந்தோனேஷியா ஒரு குடியரசு நாடு. இங்கு 11 கோடி மக்கள் வாழ்கின்றனர். 1960–70ல் இந்தோனேஷியாவில் கல்வியறிவு இல்லாதோர் 45 முதல் 85 சதவீதம் வரை இருந்ததாக மதிப்பிடப்பட்டுள்ளது. நாட்டில் 1930க்குப் பிறகு மக்கள் தொகை கணக்கெடுப்பில் 6.5 சதவீதம் கல்வி அறிவு பெற்றோர் என்று அறியப்பட்டது. இங்கு ஆரம்பக் கல்வி அனைவருக்கும் இலவசம். உயர்நிலை, உயர்தரக் கல்லூரிக் கல்வி வசதிகள் பெருகின பல்கலைக்கழகங்கள் பலவும் நிறுவப்பட்டன. கல்வி வசதிகள் பெருக பெருக கற்றோர் தொகை கூடியது. நாடு முழுவதும் நூலகங்கள் அமைத்து செயல்பட்டன.

கிராம மக்களின் இட, ஆள், உழைப்பு தானங்களினால் நூலகங்கள் பரவலாகத் தோன்றின. 200க்கும் அதிகமாக, புதிதாக படிக்கத் தொடங்குவோருக்கான நூல்கள் ஒவ்வொரு நூலகத்திலும் வைக்கப்பட்டன. கல்வி அமைச்சகத்திற்கு நூலகக் கழகத்தின் மூலம் உதவுவதற்கு அறிக்கை சமர்ப்பிக்க 1959ல் தேசிய நூலக வாரியம் அமைக்கப்பட்டது. இந்தோனேஷியாவில் நூலக வளர்ச்சிக்கான உதவியை யுனெஸ்கோ தொடங்கியது. பிராந்திய தலைமைக் கேந்திரங்களுடன் தேசிய நூலக இயக்கம் அமைக்கவும், தேசிய பிராந்திய நூற்றொகை தயாரிக்கும் நூலகங்களை நிறுவவும் நூலகப் பள்ளியை அமைத்து தரத்தை உயர்த்தவும் யுனெஸ்கோ உதவியது.

இந்தோனேஷியாவில் நூலகர்கள் மாநாட்டில் நூலகர்கள் கழகம் உருவாயிற்று. இக்கழகத்தின் மூலம் நூலகர்களிடையே தோழமை ஒற்றுமை உணர்வை வளர்த்த நூலகர்களின் நல்லெண்ணத்தைப் பெற்றது. நூலகப் பணிகளில் ஏற்பட்ட பல சிக்கல்கள் இடைவிடாத பணியால் தீர்க்கப்பட்டன. ஒவ்வொரு கிளை நூலகர் கழகமும் ஒரு குறிப்பிட்ட வேலையை மேற்கொண்டு நிறைவேற்றியது. ஒரு கிளை நூலகம் கலைச் சொற்கள் அகராதியை இந்தோனேஷிய மொழியில் தயாரிக்கும் பணியில் ஈடுபட்டது. யுனெஸ்கோ நூற்றொகை தயாரிப்புக் கேந்திரங்கள் உருவாக உதவியது. சிக்கனமான ஒன்றுபட்ட நூலக இயக்கம் தோன்றியது. இதனால் நூலகங்கள் கழகம் மலர்ந்தது. இதைக் கல்வி அமைச்சகம் உருவாக்கிற்று. அதன் பணிகளில் சிலவற்றைப் பார்க்கலாம்.

1. தேசிய நூற்றொகை கேந்திரம் அமைத்து வளர்ப்பது தகவல் கொடுக்கும் கேந்திரமாகவும் செயல்படுவது.
2. பிராந்திய கேந்திரங்களை தோற்றுவித்தல்
3. நூலகப் பயிற்சிப் பள்ளிகளை வளர்த்தல்

ஜனாதிபதி ஒரு கட்டளையைப் பிறப்பித்தார். பிராந்திய நூலகங்கள் இரவல் நூலகப் பணி விஷயங்களில் ஒத்துழைக்க வேண்டும்.

தேசிய நூலகம் ஜாகர்த்தாவில் அமைந்து வளர்ந்தது. 40 இலட்சம் புத்தகங்களைச் சேமிக்க புதிய கட்டடம் உருவானது. நூலகப் பணித் தரத்தைக் கண்காணித்துப் பாதுகாத்து உயர்த்த ஜாகர்த்தாவில் பிராந்திய பொது நூலக இயக்ககம் அமைந்தது. ஒவ்வொரு மாவட்ட

அளவிலும் பயிற்சி பெற்ற நூலகரின் மேற்பார்வையில் நூலகப்பணி நடந்தது.

பல வளர்ச்சித்திட்டங்களுக்கு இந்தோனேஷியா நிதி உதவி பெற்றது. நூலகர் பயிற்சி. புத்தகங்கள் பருவ ஏடுகள் வாங்க, நூலகக் கருவிகள் வாங்க தேசிய நூல் பட்டியல் தயாரிக்க இவற்றிற்குக் கொழும்புத் திட்டத்தினால் உதவி பெற்றது. ஆஸ்திரேலியா, நியூசிலாந்து, பிரான்சு, பிலிப்பைன்ஸ், இங்கிலாந்து, அமெரிக்கா ஆகிய நாடுகள் உதவின. யுனெஸ்கோ நூலக நிபுணர்கள், சிலரை அனுப்பி உதவியது. 1951 ஏப்ரலில் திரு. ஏ. ஜி. டபள்வி டன்னிங்காம் நூலக நிபுணராகப் பணியாற்றினார். திரு. ஜே. ஆர். கோல் பணிபுரிந்தார். பிராந்திய மத்திய நூலகப் பணிகள் வெகு சிறப்பாக நடைபெற்று நூலக வளர்ச்சிக்குப் பாடுபட்டது. 1953ல் 4 கோணங்களில் மட்டுமே அரசு நூலகங்கள் இருந்தன. 1963ல் 22 ஆக உயர்ந்தது.

1. பிராந்திய நூலகங்களில் இருக்கும் நூல் பருவ ஏடுகளைச் சேர்க்க

2. உள்ளூர்வாசிகளுக்குப் பயன்படுமாறு அமைய "உள்ளூர் நூல் தொகுப்பு"

3. நூல் இரவல் கடன் உதவி வழங்க

4. பள்ளி நூலகங்களுக்கு உதவ அவை பணியாற்றிச் சிறப்பித்தது.

இந்தோனேஷிய தேசிய நூலகம் மற்ற நூலகங்களுடன் இணைந்து செயல்படுகின்றது. அரசியல், சரித்திரம், அரசாங்கம், நூலகங்கள், நூலகப்பள்ளி, தேசிய

நூற்றொகை கேந்திரம், பொருட்காட்சி சாலை ஆகிய பொருள்களில் நூல்கள் ஜாகர்த்தாவில் அமைந்த நூலகத்தில் உள்ளன.

இவ்வாறு ஆசிய நாடுகளில் நூலகத்தின் நிலை வளர்ச்சியடைந்து காணப்பட்டது. மக்களின் கல்வித்தரம் உயர்ந்தது. கல்வி கற்றோரின் எண்ணிக்கை மிகுந்தது.

5. இந்திய நூலகங்கள்

ஆங்கிலேயேர் நம் நாட்டை 200 ஆண்டுகாலமாக ஆண்டு 1947 ஆம் ஆண்டு இந்தியா விடுதலை பெற்ற போது நமது நாட்டில் ஒரு பொது நூலகம் கூடக் கிடையாது. அப்போது திருவனந்தபுரத்தில் 48 ஆண்டுகளாக ஒரு நூலகம் இயங்கி வந்தது. சந்தா செலுத்தினால் மட்டுமே நூல்களை இரவல் வாங்க முடியும். புது தில்லி இந்தியாவின் தலைநகரமாக நிர்மாணிக்கப்பட்டு அதற்குண்டான பணிகள் முடிக்கப்பட்ட போது அத்திட்டத்தில் பொது நூலகத்திற்கென ஓர் இடம் கூட ஒதுக்கப்படவில்லை என்பது நாம் வருந்தக் கூடிய செய்தியாகும். நாட்டில் ஆங்காங்கே இயங்கி வந்த நூலகங்களும் சந்தா பெறும் தனியார் நூலகங்களாகவே இருந்து வந்தன. இந்த நூலகங்களை ஒரு விழுக்காடு மக்களே பயன்படுத்தி வந்தனர். அங்கிருந்த நூல்கள் அனைத்தும் ஆங்கில நூல்கள். ஆங்கிலம் அறிந்தவர்களால் மட்டுமே பயன்படுத்தக்கூடிய நூல்கள் மட்டுமே அங்கே இடம் பெற்றிருந்தன. பதினைந்து விழுக்காடு மக்கள் மட்டுமே

எழுத்தறிவு பெற்றிருந்தனர். எண்பத்தைந்து விழுக்காடு மக்கள் குறிப்பாக கிராமப்புறத்தில் வாழ்ந்த மக்களுக்கு எழுத்தறிவு பெற இயலாத நிலை இருந்தது. ஆங்கில ஆட்சியின் போது ஏற்படுத்தப்பட்ட நூல்களில் பிரிட்டிஷ் அரசாங்கத்தால் வெளியிடப்பெற்ற ஆங்கில நூல்களே இடம் பெற்றிருந்தன. இந்தியர்கள் தங்கள் தாய் மொழியில் பேசுவதும் எழுதுவதும் ஆங்கிலம் அறிந்தோரால் கேவலமாகக் கருதப்பட்டது. 1947க்குப் பிறகு அதிகமான நூல்கள் வெளியிடப்பட்டன. ஆனால் அந்நாளில் அதிக ஊர்களுக்கு மின் வசதி இல்லை. சில நகரங்களுக்கும் கிராமங்களுக்கும் இடையே மட்டுமே சாலைப் போக்குவரத்து வசதிகள் இருந்தன.

மத்திய அரசு நாட்டில் இலவச பொது நூலகச் சேவைக்கான ஏற்பாடுகளைச் செய்தது. தேசிய நூலக அமைப்பில் கல்கத்தாவில் ஒரு தேசிய நூலகமும் சென்னை, பம்பாய், புதுதில்லி ஆகிய நகரங்கில் பிராந்திய நூலகங்களும், ஒவ்வொரு மாநிலத்திலும் ஒரு மத்திய நூலகமும் மாவட்டங்கள் மற்றும் வட்ட அளவில் மத்திய கிளை நூலகங்களும் அமைக்க வழி வகைகள் ஏற்பட்டன. எல்லோருக்கும் நூலகப் பயன் கிடைக்க வேண்டும் என்ற நோக்கில் இந்திய அரசும் மாநில அரசுகளும் செயல்பட்டு வருகின்றன. இந்திய நூலக வரலாற்றின் முன்னோடி பரோடா மாநிலம். இங்கு கிராம நூல் நிலையங்களை ஏற்படுத்தி அதற்கும் தனிச் சட்டம் வகுத்து வெற்றி கண்ட பெருமை மன்னர் கெய்க்வாரையே சாரும் கல்வித்துறையிலும், சமூகத்துறையிலும், தொழில்த்துறையிலும் நூலகங்களால் நன்மை ஏற்பட வழியுண்டு “நாட்டு வாழ்வியலில் தொழிலும் மற்று துறைகளைப் போன்ற நூலகங்களின்

பணியைப் பொறுத்து இருக்கின்றது, எனவே நூலக வளர்ச்சிக்குப் பாடுபடுகின்ற அனைவரும் தொழில் வளர்ச்சிக்குப் பாடுபடுகின்றனர் என்கிறார். பழங்காலத்தில் நூலகங்கள் எவ்வாறு இருந்தன என்பதை சீன யாத்ரிகர் பாகியான் கூறுகிறார். ஐந்து மாடங்கள் கொண்ட புத்த விகாரையில் 5வது மாடம் நூறு அறைகள் கொண்டதாக இருந்தது. இங்கு ஒரு சிறந்த நூலகம் இருந்தது என்றும் அதில் 84 உரையாடல்களும், மேலும் புவியியல், தாவரவியல், மருத்துவ இயல், போன்ற எண்ணற்ற நூல்களும் இருந்தன.

கி.பி 5ம் நூற்றாண்டில் நாளந்தாவில் ஒரு சிறந்த நூலகம் உருவானது. இதன் புகழ் கடல் கடந்து விளங்கியது. 19ம் நூற்றாண்டில் பொது நூலகங்கள் சிறப்பாக வளர்ச்சியடைய ஆரம்பித்தது. நூலக விரிவாக்கத் திட்டத்திற்காகப் பம்பாய் அரசு, இலக்கியம் தொடர்பான நூல்களை மிகப் பெரிய அளவில் வெளியிட்டது. இலக்கிய வளர்ச்சியை ஊக்குவிப்பதற்கான நிதி உதவியையும் செய்தது. ஐரோப்பியர் வாழ்ந்த மாநிலங்களான சென்னை, பம்பாய், கல்கத்தா ஆகிய இடங்களில் நூலகங்கள் தோன்றின நூல்களைப் பாதுகாப்பதற்காக நூல் பதிவுச் சட்டம் கொண்டு வரப்பட்டது.

கல்கத்தாவில் பொது நூலகம் ஏற்படுத்தப்பட்டது. கல்கத்தாவில் "English Man" என்ற இதழின் ஆசிரியர் ஜே.எச்.எஸ் சிட்டான்ஸ் என்பவர் கல்கத்தாவில் ஒரு பொது நூலகத்தை அமைக்க எண்ணினார். அங்கு வாழ்ந்த உயர் வகுப்பைச் சார்ந்தவர்கள் கலந்து கொள்ள ஒரு கூட்டத்திற்கு ஏற்பாடு செய்தார்,

அக்கூட்டத்தில் டாக்டர் இ.பி.ஸ்டோரி என்பவரைப் பொது செயலாளராகத் தேர்ந்தெடுத்தார்கள். அவர் இல்லத்திலேயே அந்த நூலகம் "கல்கத்தா பொது நூலகம்" எனப் பெயரிடப்பட்டுப் பொது மக்களுக்காகத் திறக்கப்பட்டது. அரசுப் பொறுப்பில் இருந்த பல துறை நூலகங்கள் ஒருங்கிணைந்து இம்பீரியல் நூலகமாக உருவாகியது. 1903 ஆம் ஆண்டு சனவரித் திங்கள் 30ம் நாள் கர்சன் பிரபு அவர்களால் இந்த இம்பீரியல் நூலகம் பொது மக்களின் பயன்பாட்டிற்காகத் தொடங்கி வைக்கப்பட்டது. 1941ம் ஆண்டு இந்த நூலகம் சித்தரஞ்சன் வீதிக்கு மாற்றப்பட்டது. கர்சன் பிரபு இந்த நூலகத்தைத் தொடங்கி வைத்து உரையாற்றுகையில் இந்த நூலகம் குறிப்புதவி தரவும். மாணவர்கள் படிக்கும் இடமாகவும் எதிர்கால வரலாற்றை எழுதும் ஆசிரியர்களக்குத் துணைச் செய்யும் நூல்களைக் கொண்ட நூலகமாகவும் இருத்தல் வேண்டும். மேலும் கூடுமான வரை இந்தியாவைப் பற்றி அந்தந்தக் காலக்கட்டத்தில் எழுதப்பட்ட நூல்களைப் பெற்று படிக்க வசதி செய்யும் பொறுப்பினைக் கொண்டதாகவும் விளங்க வேண்டும்", என்று குறிப்பிட்டார். இம்பீரியல் நூலகமாக இயங்கி வந்த நூலகம் இந்திய தேசிய நூலகமாக மாற்றப்பட்டு பெல்வடேர் என்ற இடத்தில் வைஸ்ராய் இல்லத்தில் நிலையாக ஏற்படுத்தப்பட்டது. இந்த நூலகத்தின் பெயரை மாற்றும் கருத்தைத் தெரிவித்தவர் இராஜகோபாலாச்சாரியர் ஆவார். அப்போது மத்திய அரசில் கல்வி அமைச்சராக இருந்த மௌலானா அப்துல்காலாம் ஆசாத் அவர்கள் 1953ம் ஆண்டு பிப்ரவரி முதல் நாள் இதனை தேசிய நூலகமாக மாற்றினார். இந்திய தேசிய நூலகங்களில்

இது முக்கியமானது. இந்நூலகம் 9 அடுக்குகள் கொண்ட மாடிக் கட்டிடத்தில் அமைந்துள்ளது. ஒவ்வொரு அடுக்கிலும் சுமார் 1,80,000 நூல்களை அடுக்கி வைக்கலாம். இந்நூலகத்தில் சுமார் 18 இலட்சத்திற்கும் மேற்பட்ட நூல்கள் வடமொழியில் ஆயிரக்கணக்கான அச்சுப்படிகளும் 4000க்கும் மேற்பட்ட கையெழுத்துப் படிகளும் புவியல் தொடர்பான 50,000க்கும் மேற்பட்ட கையெழுத்துப் படிகளும் உள்ள இந்திய மொழி நூல்கள் மட்டும் சுமார் 4 இலட்சத்திற்கும் மேல் இங்கு உள்ளன. கல்கத்தாவில் பிரதம நீதிபதியாகவும் பல்கலைத் துணை வேந்தராகவும் பணியாற்றிய சர்போஹ் முதகாதயாராவின் 72000 நூல்களை அவரது குடும்பத்தினர் 1949ம் ஆண்டு இந்நூலகத்திற்கு அன்பளிப்பாக வழங்கியது. குறிப்பிடத்தக்கது. பேராசிரியர் வையாபுரிப்பிள்ளை அவர்களின் சில ஆயிரம் நூல்களும் இந்நூலகத்திற்கு நன்கொடையாகத் தரப்பட்டுள்ளன. இந்திய தேசிய நூலகத்தில் நூல் பருவ ஏடு ஒப்படைக்கும் சட்டம் கொண்டு வரப்பட்டது. இச்சட்டத்தின்படி நூல் வெளியீட்டாளர்கள் அனைவரும் தாங்கள் வெளியிடும் தலைப்புகள் யாவற்றிலும் ஒவ்வொரு படியினை தேசிய நூலகங்களுக்கு அனுப்புதல் வேண்டும். 1. தேசிய நூலகம் கல்கத்தா 2. மத்திய நூலகம் பம்பாய் 3. கன்னிமாரா பொது நூலகம் சென்னை 4. தில்லி பொது நூலகம் புது தில்லி 5. நாடாளுமன்ற நூலகம் புதுதில்லி 6. நூல்கள் பதிவாளர் சென்னை. இந்தியாவில் ஓர் ஆண்டில் 14 இந்திய மொழிகளிலும் ஆங்கில மொழியிலும் வெளியாகும் பதிப்புகளைத் தேசிய நூலகத்தில் பெற்று பின்னர் மத்தியக் குறிப்புதவி நூலகத்தினரால் இந்திய தேசிய நூற்றொகையாக 1958ஆம் ஆண்டு முதல்

வெளியிடப்பெற்று வருகிறது.

இந்திய நூலக வரலாற்றில் பரோடா மாநிலம் ஒரு சிறப்பான இடத்தைப் பெற்றுள்ளது. பரோடா மன்னர் சர் சத்யாஜிராவ் அவர்கள் தமது மாநிலத்தில் ஒரு முழுமையான நூலக அமைப்பை உருவாக்க முதன் முதலாக ஒரு திட்டத்தை 1910ம் ஆண்டில் கொண்டு வந்தார். 1919 ஆம் ஆண்டு இந்திய பொது நூலக மாநாடு சென்னையில் அர்மேனியன் தெருவிலுள்ள கோகலே மண்டபத்தில் நவம்பர் திங்கள் 14ம் நாள் திரு. சனார்த்தன கூடால்கர் தலைமையில் கூடியது. அந்நாளைய பாரதப் பிரதமர் மனிதருள் மாணிக்கமாம் பண்டித ஜவஹர்லால் நேரு அவர்களின் பிறந்த நாளை குழந்தைகள் தினமாகவும் இணைத்து தேசிய நூலக வாரமாக ஆண்டு தோறும் நவம்பர் 14 முதல் 21 வரை இந்தியா முழுவதும் கொண்டாடி வருகிறோம்.

இந்திய நூலகச் சங்கம் கல்கத்தாவில் கான்பகதூர் அசாதுல்லா அவர்களின் முயற்சியால் தொடங்கப்பெற்றது. ஒரு நாட்டின் முன்னேற்றம் அதன் கிராமத்தின் வளர்ச்சியைப் பொறுத்தது. என்பது அதன் இலட்சியமாக இருந்தது. இதையுணர்ந்த அரசு அனைத்துக் கிராமங்களிலும் முதியோர் கல்வி நிலையங்களைத் தொடங்கியது. அதற்கு உதவி செய்யும் பொருட்டு கிராம நூலகங்கள் தொடங்கப்பெற்றன. இந்திய வரலாற்றில் நூலகத்திற்கான ஆதாரங்கள் பல காணப்படுகின்றன. எந்த ஒரு செய்திகளுக்கும் வரலாற்று ஆதாரங்களே முக்கியமானவை ஆகும். வரலாற்றுக் குறிப்புகளில் முதலிடம் பெறுவது காலங்கடந்து வாழும் தகுதியினையுடைய கல்வெட்டுகள் ஆகும்.

கல்வெட்டுகளைப் பொறுத்தவரை அவை கி.பி 3ம் நூற்றாண்டு முதல்தான் நமக்கு கிடைத்துள்ளது. இவைகள் அனைத்தும் பெரும்பாலும் கோவில்களிலும் அவை சார்ந்த இடங்களிலும் மட்டுமே கிடைத்துள்ளன. இவற்றின் வழி அரசர்களைப் பற்றிய குறிப்புகள், அக்கால மக்களின் வாழ்க்கை, நாகரிக பண்பாட்டு கலாச்சார முன்னேற்றம் ஆகியவற்றைக் காணலாம். சேரன்மகாதேவி, ஸ்ரீரங்கம், சிதம்பரம், காஞ்சிபுரம், நகாய் ஆகிய இடங்களில் கிடைத்துள்ள கல்வெட்டுகள் நமக்கு அந்தக் காலத்தில் உள்ள செய்திகளைத் தெரிவிக்கின்றன.

நாணயங்களும் அக்காலச் செய்தியினை அறிவிக்கின்றன. நாணயங்களில் அரசர்களின் பரம்பரை, அவர் தம் செயல்பாடுகள், அக்காலச் செய்திகள், நாணயங்கள் வெளியிடப்பெற்ற காலம் ஆகியவற்றை நாம் அறியலாம். கல்விக்கு அதிபதியான சரஸ்வதி தேவியின் உருவங்கள் இந்நாணயங்களில் காணப்படுகின்றன.

பண்டைய கட்டடங்கள் காலத்தாலும் புயல், கடல் கோள் போன்ற இயற்கைச் சீற்றத்தாலும் அழிந்தன. தற்போது பாடலிபுரம், மொகஞ்சதாரா, பூம்புகார், கொற்கை, காயல்பட்டணம், அரிக்கமேடு போன்ற பகுதிகளில் அகழ்வாராய்ச்சியின் பயனாக நமக்குப் பல புதிய செய்திகள் கிடைத்தன. மொகஞ்சதோராவில் காணப்பட்ட இலச்சினைகள் எழுத்து வளர்ச்சியின் ஒரு நிலையை நமக்கு உணர்த்துகிறது.

இலக்கிய மரபுகளை பழங்கால நூல்களில் காணலாம். ஓல்காப்புகழ் தொல்காப்பியம் நூலின் இலக்கணம்,

நூலின் வகை, நூல் எழுதும் முறை ஆகியவற்றை நமக்கு நன்கு விளக்குகிறது. அதற்குப்பின் தோன்றிய நாலடியார் என்னும் நூல் நூலகத்தைப் பயன்படுத்தும் முறையை நமக்கு விளக்குகிறது. புராணம் மற்றும் இதிகாசங்களிலிருந்து நாம் பல்வேறு செய்திகளை அறியலாம். சமண, பௌத்த நூல்கள் வழியும் நாம் பல்வேறு செய்திகளை அறியலாம்.

கி.பி2ம் நூற்றாண்டில் நாகார்ச்சனர் காலத்தில் ஐந்து மாடங்கள் கொண்ட புத்த விகாரையில் ஐந்தாவது மாடம் நூறு அறைகளைக் கொண்டதாக இருந்தது. இங்கே ஒரு சிறந்த நூலகம் இருந்தது என்றும், அதில் 84 உரையாடல்களும் புவியியல், தாவரவியல், மருத்துவஇயல் போன்ற நூல்கள் இருந்தன. இந்தியாவிலிருந்து வருகை புரிந்த சீன யாத்திகர் பாகியான் பல நூலகங்கள் பௌத்த மடங்களில் இருந்ததாக குறிப்பிடுகிறார். கி.பி 5ம் நூற்றாண்டில் நாளந்தாவில் ஒரு சிறந்த நூலகம் இருந்ததாகவும் அதன் புகழ் கடல் கடந்த தூர தேசங்களிலும் பரவியிருந்ததாகவும் கூறுவர். ஹர்சர் காலத்தில் அரசு நூலகம் ஒன்று சிறந்து விளங்கியதாகவும் வரலாறு நமக்குக் கூறுகிறது. இவ்வாறு பீகர் வடலங்க பகல்பூர், கனேரி நாடு, பாடலிபுரம், காஞ்சிபுரம் ஆகிய இந்திய நகரங்களில் பல்வேறு நூலகங்கள் அக்காலத்தில் சிறந்து விளங்கியதை வரலாறு நமக்கு உணர்த்துகிறது.

“கல் தோன்றி மண் தோன்றாக் காலத்தே மூத்த குடி” தமிழ்க்குடி இந்தியக்குடி, உலகின் பெரும்பாலான இடங்களில் மக்கள் மாக்களாய் மரப்பொந்துகளிலும், மலைக்குகைகளிலும் வாழ்ந்த காலத்தே நம் நாட்டு

மக்கள் நாகரீகம் உடையவர்களாகத் திகழ்ந்தனர். என்கிறது உலக வரலாறு. அந்நாளில் நாகரிகமாக வாழ்ந்த மக்கள் நிச்சயம் அறிவு உடையவர்களாகத்தான் வாழ்ந்திருப்பர். எனவே அவர்களுக்கு கல்வியறிவும், நூலறிவும், நூலக உணர்வும், நூலகப் பணியார்வமும் இருந்திருக்கும். இந்த வரலாற்றைக் கால அடிப்படையில் நாம் ஆராய்வது பொருத்தமாக இருக்கும்.

சங்க காலத்தில் நூலகம் வளர்ச்சியடைந்துள்ளது. மனித வாழ்வு தொடங்கிய போது அவன் அறிவு பெற்ற மனிதனாகப் பரிணமித்தான். தனக்கென ஒரு மொழியை உருவாக்கிக் கொண்டான். இதன் வழி கருத்துப் பரிமாற்றம் ஏற்பட்டது. ஆனால் எழுத்து உருவாக்கம் பெறவில்லை. கருத்துப் பரிமாற்றம் வாய்வழி மட்டுமே நிகழ்ந்தது. கடல கோள்களுக்கு முன் முதல் சங்கம் குமரி முனைக்குத் தெற்கே தென் மதுரையில் இருந்தது. இச்சங்கத்தில் அகத்தியர் உள்ளிட்ட 549 புலவர்கள் இருந்து தமிழை ஆராய்ந்தனர். முதுநாரை, முதுகுருகு, களரியாவிரை, அகத்தியம் போன்ற நூல்கள் அக்காலத்தில் உள்ளவையாகும். இடைச்சங்கம் கபாடபுரத்தில் இருந்து தமிழாய்ந்தது. இதில் தொல்காப்பியர் உள்ளிட்ட 59 புலவர்கள் இருந்தனர். கலி, முருகு, வெண்டாள், வியாழமாலை முதலியன அக்காலத்தில் உள்ள நூல்களாகும்.

கடைச்சங்கம் உத்தர மதுரையில் சுமார் 200 ஆண்டுகளுக்கு முன் இருந்தது. இச்சங்கத்தில் சிறு மேதாவியார், சேந்தன்பூதனார், பெருங்குன்றூர்க்கிழார், நல்லந்துவனார், மருதன் இளநாகனார், கணக்காயர் மகனார் நக்கீரனார் முதலிய 49 புலவர்கள் இருந்து

தமிழாய்ந்தனர். இக்காலத்திலே தொல்காப்பியம், எட்டுத்தொகை, பத்துப்பாட்டு, பதினெண் கீழ்க்கணக்கு ஆகிய நூல்கள் தோன்றின.

ஒவ்வொரு சமயத்தைப் பற்றியும் நூல்கள் இருந்தன. இந்து சமய காலத்தில் நூலகம் சிறப்பாக வளர்ச்சியடைந்துள்ளது. அந்நூலில் அடங்கிய செய்திகளை ஆறு வகைப்படுத்தலாம். அவை முறையே சுருதி, சுமிருதி, இதிகாசம், புராணம், ஆகமம், தரிசனம் என்பனவாம். சுருதி என்ற வடமொழிச்சொல்லுக்கு கேள்வி ஞானம் என்று பொருள். பண்டை நாளில் சமயக் கருத்துக்களை ருக் வேதம், யஜூர் வேதம், சாம வேதம், அதர்வண வேதம் போன்றவற்றின் வழியாக சமயக் கருத்துக்களை அறியலாம். இதிகாசம் என்பதற்கு வீரவரலாறு என்று பொருள் அக்கால சமுதாய, அரசியல், பொருளாதார மக்கள் பண்பாடு, கலாச்சாரத்தை எடுத்துக்காட்டுகின்றன. இதிகாசங்களான இராமாயணம், மகாபாரதம் போன்ற நூல்களிலும் காணலாம். புராணம் என்றால் பழைமையானது என்பது பொருளாகும். சமயக்கருத்துக்களைப் பரப்பும் அவற்றை வளர்க்கவும் வலுப்படுத்தவும் எழுந்ததே புராணங்கள் ஆகும். அவற்றுள் 18 புராணங்கள் சிறப்பானவையாகும். ஆகமம் என்றால் அறிவு என்று பொருள். இவை இரகசியம், மந்திரம், மூர்த்தி, ஆலயம், ஒழுக்கம் பற்றி உரைப்பன ஆகமங்களாகும். தரிசனம் என்பது ஒளி என்றும், வாழ்வு முறை என்றும் பொருள்படும். சமயத்தொடர்பான உண்மைகளைத் துருவிக் காட்டுவதே தரிசனம் ஆகும். நியாயம், யோகம், வைகேசிகம், பூர்வமீமாம்சம், சாங்கியம், உத்தரமீமாம்சம் ஆகியன குறிப்பிடத்தக்கன.

சமண சமய காலத்திலும் நூலகம் வளர்ச்சியடைந்துள்ளன. அக்காலத்தில் முனிவர்கள் அனைவரும் நடமாடும் நூலகங்கள் என்றால் மிகையாகாது, காரணம் முன்னாளில் சமயத்தொடர்பான கருத்துக்கள் அனைத்தும் வாய் வழியாகப் பரப்பப்பட்டு வந்தன. சமயக் கருத்துக்களைப் புத்தக வடிவில் பொதிந்து வைப்பது பொல்லாத செயல் என்று கருதப்பட்ட காலம் அது. எனவே சமயக் கருத்துக்கள் அடங்கிய ஒவ்வொரு தொகுதியும் ஒரு நூலாக ஒரு துறவியால் கற்று மனனம் செய்யப்பெற்று, சிந்தித்துப் பாதுகாக்கப்பட்டது. அடுத்தவர்க்கு அவை அறிவுரையாகத் தேவைப்படும்போது வழங்கப்பட்டது. எனவே அக்காலத்தில் வாழ்ந்த ஒவ்வொரு துறவியும் ஒரு நடமாடும் நூலகம் என்றே நாம் கருத வேண்டும். சாளுக்கிய வம்சத்தை சேர்ந்த அரசரான குமார பாலதேவன் என்பான் தனது ஆட்சிக் காலத்தில் 21 நூலகங்களை பல்வேறு இடங்கில் நிறுவியுள்ளான். இவரது நூலகப் பணியை குமாரபால பிரபந்தம் மற்றும் உபதேச தரங்கனி என்ற நூலும் விவரிக்கின்றன. வாஸ்து பாலன் என்னும் சமண அமைச்சர் பதினெட்டு கோடி செலவில் மூன்று பெரிய நூலகங்களை நிறுவியதோடு அவற்றைப் பராமரிக்கவும் தக்க ஏற்பாடுகளைச் செய்துள்ளான். இது நூலக வரலாற்று பொன்னேட்டில் வைரங்களால், பதிக்கத்தகும் செய்தியாகும்.

பௌத்த சமயகாலத்தில் சாத்தனார் மணிமேகலையில் நூலகத்தை "செழுங்கலை நியமம்" எனக் குறிப்பிடுகையில் வட இந்தியாவை ஆண்ட அரசர்களில் ஹர்ஷர் குறிப்பிடத்தக்கவர். இவர் தனது சொந்தச் செலவில் நூலகங்கள் வைத்திருந்தார்.

சைவ சமயக் காலத்தில் நூலகம் சிறப்பான முறையில் வளர்ச்சியடைந்துள்ளது. பல்வேறு சமய நூல்கள் இருந்தன. சைவ சமயக் குரவர்களான திருநாவுக்கரசர், திருஞானசம்பந்தர், சுத்தரமூர்த்தியார் ஆகியோர் தெய்வங்களைப் பாடிப் பரவியது தேவாரம் எனப்படும்.

கல்வெட்டில் நூலகங்கள் குறித்த செய்திகள் இடம்பெற்றுள்ளன. கீழ்க்கண்ட இடங்களில் நூலகங்கள் இருந்ததற்கான கல்வெட்டுச் சான்றுகள் பகர்கின்றன. அவை முறையே சேரன்மாதேவி, ஸ்ரீரங்கம், சிதம்பரம், காஞ்சிபுரம், சிருங்கேரி, மற்றும் நகாய்.

திருநெல்வேலி அம்பாசமுத்திரம் வட்டத்தில் உள்ளது. சேரன்மாதேவி என்னும் இடம். இங்கே உள்ள துவாரபதி அப்பன் கோயிலின் முதல் பிரகாரத்தின் தெற்கு வராந்தாவின் கிழக்குப் பக்கத்தில் தமிழ் எழுத்துக்களாலான கல்வெட்டு ஒன்று உள்ளது. சிதம்பரம் நடராஜப்பெருமான் எழுந்தருளியுள்ள திருத்தலம் பாடல் பெற்றது. அங்குள்ள நடராசப் பெருமான் திருக்கோயிலின் முதல் பிரகாரத்தில் சுப்பிரமணியர் சன்னதிக்கு வடக்கில் உள்ள மண்டபத்தில் இரு கல்வெட்டுகளும் காணப்படுகின்றன. கோயில் நகரம் என்று அழைக்கப்படும் காஞ்சிபுரத்தில் உள்ள வரதராசப் பெருமாள் கோயில் இரண்டாம் பிரகாரத்து வடக்கு மதிலில் ஒரு கல்வெட்டு காணப்படுகிறது.

இஸ்லாமியர் காலத்திலும் நூலகம் வளர்ச்சி யடைந்துள்ளது. இஸ்லாமிய அரசர்கள் ஒவ்வொருவரும் தங்கள் தங்கள் பெருமையை நிலைநாட்டிக் கொள்ளும் வகையில் சிறந்த நூலகங்களை வைத்துப் பராமரித்து வந்தனர். கல்விக் கூடங்களில் படிப்பவர்களுக்கு

உதவும் வகையில் நூலகங்கள் தோற்றுவிக்கப்பெற்றன. மசூதிகளுடன் நூலகங்கள் இணைக்கப்பெற்று, அவற்றின் பராமரிப்பிற்கு நன்கொடைகள் வழங்கப்பெற்றன. அலாவுதீன் கில்ஜியின் அரசவைக் கவிஞராக விளங்கிய அமீர் குஸ்ரு சிறந்த நூலகராகவும் அரண்மனை "ஆசிரியராகவும் இருந்ததாகத் தெரிகிறது. முகமது பின் துக்ளக் காலத்திலும் நூலகங்கள் இருந்துள்ளன. இந்நூலகத்தில் மருத்துவ இயல், வானவியல், கணக்கியல், வரலாற்று நூல்கள் இருந்துள்ளன. இப்ராகிம் லோடியின் அரசவையில் இருந்த காஜிகான் என்பார் தில்லிக்கோட்டையில் ஒரு சிறந்த நூலகத்தை வைத்திருந்ததாகத் தெரிகிறது. இதில் பல சமய நூல்கள் இடம் பெற்றுள்ளன.

மொகாலாய வம்சத்தைத் தோற்றுவித்தவர் பாபர் ஆவார். இவர் அரேபியம், பாரசீகம், துருக்கி முதலிய பல மொழிகளைக் கற்றவர். இலக்கிய ஆர்வம் உடையவர். இவர் சொந்தமாக ஒரு நூலகத்தை ஏற்படுத்தி பராமரித்து வந்தார். இவரது நூலகத்தில் சாதி என்பார் எழுதிய குலிஸ்தான், பிர்தாசி என்பார் எழுதிய ஷாநாமா, நிசாமி என்பார் எழுதிய கம்சா, குஸ்ரூ எழுதிய மஸ்னவி, யசூதி என்பார் எழுதிய ஜாபார்நாமா ஆகிய நூல்கள் குறிப்பிடத்தக்கன. மொகாலாயர் காலத்தில் அரசர்கள் மட்டுமல்லாது அரசவையோர், பிரபுக்கள் அரசு அதிகாரிகள் அறிஞர்கள், புலவர்கள் போன்றோர் தங்கள் வசதிக்கேற்ப சொந்த நூலகங்களை நிறுவனர், நூலகங்கள் அனைவருக்கும் பயன்பட்டன. இஸ்லாமியர் ஆட்சிக்காலத்தில் நூலக வளர்ச்சியில் நல்லதொரு திருப்பம் ஏற்பட்டது.

நூலகங்கள் பல்வேறு இடங்களில் தோன்றின. ஜெய்ப்பூரிலும், மைசூரிலும், தஞ்சையிலும், நூலகங்கள் தோன்றின. இந்தியாவில் பொது நூலகங்கள் சிறப்பான முறையில் வளர்ச்சியடைந்துள்ளது. ஆந்திர நூலகச் சங்கம் தொடங்கப்பட்டது அதன் முதல் தலைவர் திவான்பகதூர் மொச்சேரலா இராமச்சந்திரராவ் ஆவார். இச்சங்கம் பொன்விழா கொண்டாடியது. இந்திய பொது நூலகச் சங்கம் 1918 ஆம் ஆண்டு சனவரித் திங்களில் இலாகூரில் நடைபெற்ற அறிவியல் மாநாட்டில் தோன்றியது. இம்மாநாட்டைத் தொடர்ந்து முயற்சிகள் மேற்கொள்ளப்பட்டன. 1919ம் ஆண்டு நவம்பர் திங்கள் 14ம் நாள் சென்னை கோகலே மண்டபத்தில் கூடிய முதல் பொது நூலக மாநாடு இதற்கு வழி வகுத்தது. இதன் விளைவாக இந்திய பொது நூலகச் சங்கம் பிறந்தது. இதன் தலைமைச் செயலகம் விஜயவாடாவில் அமைந்தது. 1983ம் ஆண்டு முதல் 1984ஆம் ஆண்டு வரை எட்டு மாநாடுகளை இச்சங்கம் நடத்தியது. 1968ஆம் ஆண்டு முதல் ஆண்டு தோறும் நவம்பர் 14ஆம் நாளை நாம் தேசிய நூலக வார விழாவாகக் கொண்டாடி வருகிறோம். பல்வேறு இடங்களில் நூலகச் சங்கங்கள் அமைத்தனர். மராட்டிய நூலகச் சங்கம், வங்க நூலக சங்கம், சென்னை புத்தகாலயப் பிரச்சாரச் சங்கம், கிராம நூலகப் பணிச் சங்கம் இலாகூரில் பஞ்சாப் நூலக சங்கம், பாட்னாவில் பீகார் இராஜ்ய புஸ்தகாலாயச் சங்கம், பூரியில் உத்கல் நூலகச் சங்கம், திருவனந்தபுரத்தில் கேரள நூலகச் சங்கம் நிறுவப்பட்டது. சுதந்திர இந்தியாவில் பொது நூலகம் வளர்ச்சியடைந்துள்ளது. மக்கள் கல்வியறிவு மட்டும் பெற்றால் போதாது பள்ளி

மற்றும் கல்லூரிகளில் அவர்கள் பெறும் ஏட்டுக்கல்வி அவர்கள் பட்டம் பெறுவதற்கே உதவுகின்றன. அவர்கள் வாழ்நாள் முழுவதும் அறிவு பெற நூலக இயக்கம் ஒன்றே வழி என உணரப்பட்டது. நாடு சுதந்திரம் பெற்றதும் நூலகத் திட்ட முயற்சிகள் வெகு முனைப்போடு தொடர்ந்தன. விரிவானதொரு திட்டம் தயாரிக்கப்பட்டது. நூலகத்தந்தை எஸ்.ஆர். அரங்கநாதன் தில்லிப் பல்கலைக்கழகத் துணை வேந்தராக இருந்த மாரிஸ்காயர் ஆகியோரின் முயற்சிகள் பாராட்டத்தக்கன. முப்பது ஆண்டுத்திட்டம் ஒன்று தில்லப் பல்கலைக்கழக வெளியீடாக வெளி வந்தது. எஸ்.ஆர். அரங்கநாதன் 1964ம் ஆண்டு பதினைந்து ஆண்டுத் திட்டம் ஒன்றை வகுத்தளித்தார். மத்திய அரசு நூலகப் பணி குறித்து ஆராய நூலக வளர்ச்சி வேலைக்குழுவை நியமித்தது.

இந்திய அளவில் வெளியான நூலக இலக்கியங்கள் தமிழில் முதல் இடம் பெறுவது நூலக உணர்வு. இது 1975ம் ஆண்டில் தமிழ்நாடு அரசின் இரண்டு ஆயிரம் ரூபாய் முதல் பரிசு பெற்றது. இரண்டாவது இடம் பெறுவது இந்திய நூலக இயக்கம், மூன்றாவது இடம் பெறுவது நூலக முன்னோடிகள் ஆகும். ஆந்திரப் பிரதேசத்தில் வெளியான நூல்களின் குறிப்பைத் தந்துள்ளார் நாகபூசணம். வங்காளத்தில் வெளியான நூல்களை தொகுத்துத் தந்துள்ளவர் எஸ்.கே.ஹஜூரா ஆவார். இந்தி, ஆங்கிலத்தில் வெளியான நூல்களைத் தொகுத்து கொடுத்திருக்கிறார்கள்.

பழங்கால இந்தியாவில் நூலகங்கள் “நகாய் கல்வெட்டுக்கள் குறித்து ஐதராபாத் தொல்பொருள் துறையினரால் வெளியிடப்பெற்றுள்ளது. “நகாய்”

என்பது ஐதராபாத்தில் உள்ள 'வாடி' என்ற ஊருக்கு அருகே அமைந்துள்ள ஒரு கிராமமாகும். இது ஒரு பழமையான நகரத்தின் ஒரு பகுதியாக இருந்துள்ளது. ஆனால் இன்று அது முற்றிலும் மறைந்துவிட்டது. அங்கே ஏராளமான வரலாற்றுப் புகழ் வாய்ந்த நினைவுச் சின்னங்களும், கல்வெட்டுகளும் காணக் கிடைக்கின்றன. ஒரு கல்வெட்டு இராய நாராயணா என்ற சாளுக்கிய அரசனிடம் அமைச்சராகவும் படைத்தலைவராகவும், பணியாற்றிப் புகழ்பெற்ற மதுசூதனன் என்பவரால் தோற்றுவிக்கப்பட்ட பொது நிறுவனங்கள் பற்றிய குறிப்புகளை நமக்கு அறிவிக்கிறது. அவர் தோற்றுவித்த நிறுவனங்களில் ஒன்றுதான் கடிக்சாலா என்ற விடுதியுடன் கூடிய கல்லூரி ஆகும். இக்கல்லூரியில் 200 மாணவர்கள் தங்கி வேதம் பயின்றதாகவும், 52 மாணவர்கள் அங்கே தங்கி சாஸ்திரம் பயின்றதாகவும் தெரிகிறது. இந்த நூலக வளர்ச்சியின் மூலம் மனித வள மேம்பாடு எந்த அளவு உயர்ந்துள்ளது என்பதைக் காணலாம். ஆசிரியர்களும், மாணவர்களும் அறிவாற்றல் பெற எந்த அளவு முயற்சிகள் மேற்கொள்ளப்பட்டன என்பதை இதன் மூலம் அறியலாம். கல்வெட்டுச் செய்தி வழி மதுசூதனன் எந்த அளவிற்குக் கல்லூரி நூலகங்களுக்கு மதிப்பும், மரியாதையும் அளித்து இருக்கிறார். அவர் கல்லூரியில் பணியாற்றிய ஆசிரியர்கள் மற்றும் நூலகர்களுக்கு அவர்களுடைய சம்பளத்திற்குப் பதிலாக எவ்வளவு நிலத்தைத் தானமாக அளித்தார் என்பதைக் காணலாம். பிரபாகர தர்சனா பேராசிரியர்களுக்கு 45 மட்டர் நிலமும், பட்டதர்சனா பேராசிரியர்களுக்கு 35 மட்டர் நிலமும், நியாசா பேராசிரியர்களுக்கு 30 மட்டர்

நிலமும் தோங்காஸ் பேராசிரியர்களுக்கு 20 மட்டர் நிலமும். ஆறு கல்லூரி நூலகர்களுக்கும் தலைக்கு 30 மட்டர் நிலமும் மானியமாக அளிக்கப்பட்டுள்ளன, இக்கல்வெட்டுச் செய்தி வழி மதுசூதனன் எந்த அளவுக்குக் கல்லூரிப் பேராசிரியர்களுக்கு இணையாக கல்லூரி நூலகர்களையும் மதிப்பாக நடத்தினார் என்பதும். அக்காலத்தில் கல்லூரிப் பேராசிரியர்களுக்கு இணையான கல்வித் தகுதியை கல்லூரி நூலகர்கள் பெற்று இருப்பதையும் அறிய முடிகிறது.

இன்றைய காலக் கட்டத்தில் மேற்கத்திய கல்வி நிறுவனங்களில் நூலகர்களுக்கு அங்கு பணியாற்றும் பேராசிரியர்களுக்கு இணையான தகுதியை அளித்துள்ளார்கள். அவர்களும் பேராசிரியர்களுக்கு இணையான கல்வித்தகுதிகளைப் பெற்றுள்ளனர். ஆனால் நம்முடைய கல்வி நிறுவனங்களிலோ 'நூலகர்' என்ற பெயர் கொஞ்சமும் பொருத்தம் இல்லாமல் இருக்கிறது. பெரும்பாலான இடங்களில் பள்ளிப் படிப்பை முடித்த இளைஞர் ஒருவர் நூலகராக நியமிக்கப்படுகிறார். அவருடைய நிலை பள்ளியில் பணியாற்றும் ஒரு எழுத்தருக்கு இணையாகவே மதிக்கப்படுகிறது. மதுசூதனா காலத்து மரியாதையும் மதிப்பும் தற்போது மேலை நாட்டு கல்வி நிறுவனங்களில் பணியாற்றும் நூலகர்களுக்கு அளிக்கப்படும் மரியாதையும், அந்தஸ்த்தும் நம் நாட்டுக் கல்லூரிகள் மற்றும் பள்ளிகளில் பணியாற்றும் நூலகர்களும் விரைவில் பெறுவார்கள்.

இந்தியாவில் பொது நூலகங்கள் எவ்வாறு தோன்றின. கி.பி.1819 ஆம் ஆண்டுகளில் இந்தியாவிற்கு

வந்த ஆங்கிலேயர்கள் இந்தியாவில் கிழக்கத்திய கம்பெனியின் ஆட்சியை நிறுவ முறபட்டனர். அப்படி இங்கு வந்தவர்கள் சிலர் நமது நாட்டு மக்களின் வாழ்க்கை, கல்வி, சமயம், பண்பாடு, வரலாறு ஆகியவற்றில் ஈர்க்கப்பட்டு அவற்றின் மீது தமது ஆய்வை மேற்கொண்டனர். முதன் முதலாக கள ஆய்வினைத் தொடங்கிய அவர்கள் நமது நாட்டின் பண்டைய வரலாறு, மக்களின் வாழ்க்கை முறை, அவர்களின் பண்பாடு ஆகிய துறைகளைச் சார்ந்த சுவடிகள் கல்வெட்டுகள் மற்றும் பிற தொல் பொருட்களையும் தொகுக்க ஆரம்பித்தனர். இதில் முன்னோடியாக விளங்கியவர் ஸ்காட்லாந்து நாட்டைச் சேர்ந்த கர்னல் காலின் மெக்கன்சி என்பவர் ஆவார். 1703ல் அவர் இங்கு ஒரு பொறியாளராக வந்தார். அவர் தன் அலுவலகப் பணிக்காகச் சென்ற இடங்கில் எல்லாம் கிடைத்த சுவடிகள், கல்வெட்டுகள் போன்றவற்றைத் தொகுத்தார். அவர் தனது இந்திய பணிக்காலமான 38 ஆண்டுகளில் 3000 சாசனங்கள், 1568 சுவடிகள், 6076 கல்வெட்டுக்கள், 2630 ஓவியங்கள், 78 வரைபடங்கள், 6218 நாணயங்கள், 106 படிமங்கள் ஆகியவற்றைச் சேகரித்தார்.

இந்தியாவில் பொது நூலகத்துறைக்கு முதன் முதலில் வித்திட்டவர் பரோடா மன்னரான மகாராஜ ஸ்ரீ சயா ஜிராவ் கெய்க்வாரே ஆவார். இவர் தனது சமஸ்தானத்தில் பொது நூலகத்தை அமைத்து, அதற்கு நிதியுதவி வழங்கி வெற்றி கண்டவர். இச்சாதனை நிகழ்ந்த ஆண்டு கி.பி1910. குறிப்பிட்டுக் கூற வேண்டுமெனில் இந்தியாவில் நூலக இயக்கம் தோன்றிய ஆண்டு கி.பி.1910 என்றால் அது மிகையன்று.

சில சிறப்பு நூலகங்கள் மிகுதியான நூலக வளர்ச்சியை ஏற்படுத்தியிருக்கின்றன. ரத்தன் டாடா நூலகம் டெல்லி பொருளாதாரப் பள்ளியின் நூலகம் அண்மைக் காலத்தில் அதிகமாக விரிவடைந்திருக்கின்றன. பொருளாதாரம், வாணிகம், சமூக இயல், மானிட புவியியல் போன்ற துறைகளில் ஆசிரியர்களுக்கும் மாணவர்களுக்கும் இந்நூலகம் பயன்படுகிறது. இந்நூலகத்தில் பல அறிஞர்களுக்குத் தேவையான நூல்களும், வெளியீடுகளும் இங்கு உள்ளன. மதிப்புரை அட்டவணை, நூல் சேர்ப்புப் பட்டியல் போன்ற வெளியீடுகள் இந்நூலகத்தில் பிரசுரிக்கப்படுகின்றன.

உலகப்போர் முடிந்த பிறகு தான் நூலகம் புதுத்தோற்றத்துடன் காணப்பட்டது. 1948ம் ஆண்டில் தான் 'இம்பீரியல் நூலகம் ' தேசிய நூலகம் எனப் பெயர் சூட்டப்பட்டது. அப்போது மேற்கு வங்க ஆளுநராக இருந்த ராஜாஜி அவரகள் 'பெல்விடியர்' அரண்மனையைத் தேசிய நூலகத்துக்குப் பொருத்தமான கட்டடமெனக் கருதி நடுவன் அரசுக்குத் தம் பரிந்துரையை அனுப்பினார். இதை ஒப்புக்கொண்ட பண்டித நேரு தமது உத்தரவில் கீழ்க்கண்டவாறு எழுதினார். "நூல்களை அடுக்கி வைப்பதன் பொருட்டு, பெல்விடியாரைப் பயன்படுத்துவதை நான் விரும்பவில்லை. ஆராய்ச்சியாளரும் பலர் அதனைப் பயன்படுத்த வேண்டுமென்பதே என் விருப்பம். அதை இப்பொழுதுள்ள இம்பீரியல் நூலகத்தை போன்று மதிப்பிடக்கூடாது. நமக்கு வேண்டுவது வெறும் இடம் மட்டும் அன்று, அதை விட அதிகம் என்பதே கருத்து, பெல்விடியர் அரண்மனை, நூலக அலுவல்களுக்கு ஏற்றவாறு மாற்றியமைக்கப் பெற்றது. நூலகத்தின்

பொன் விழா கொண்டாடப்பட்டது.

இந்த நூலகத்தின் புது வீடு மௌலானா ஆசாத் அவர்களால் திறந்து வைக்கப்பெற்றது. அந்த நாளிலிருந்து நூலகம் யாவரும் வியப்படையுமாறு வளர்ச்சியுற்றது. இவ்வளவு குறைந்த காலதிற்குள் வேறு எந்த நாட்டுத் தேசிய நூலகமும் இவ்வளவு வளர்ந்திருக்கக் கூடுமா என்பது ஐயத்திற்குரியது. இக்காலமே நூலகத்தின் பொற்காலம் எனலாம். பல விலை உயர்ந்த, எங்கும் கிடைக்கப் பெறாத நூல்கள் தேசிய நூலகத்தில் இருக்கின்றன. இந்தியாவிலும் வெளிநாடுகளிலும் வெளியிடப்பட்ட பல நூல் 'காட்லாகு' களை இங்குக் காணலாம். இந் நூலகத்தின் நூல்களும் பெரும்பாலானவை அறிவியல் அல்லாத நூல்களாகும், ஆகவே இந்தக் குறையைப் போக்குவதற்காக அன்மை ஆண்டுகளில் அறிவியல் துறை நூல்கள் வாங்கப்படுகின்றன.

நூலகத்தின் ‘காட்லாகு’ களைத் தவிர இந்திய ஆசிரியர் பெயர்கள் அட்டவணையொன்றும் இந்திய மொழி பெயர்ப்பு நூல்கள் விவர அட்டவணையும் இந்திய தேசிய நூலகம்' என்ற நூலும் இன்னும் அவ்வப்பொழுது புத்தகக் கண்காட்சிகள் நடை பெற்ற பொழுது வெளியான வெளியீடுகளும் இந்நூலகத்தின் வெளியீடுகளாகும். நூல்களை நல்லமுறையில் பாதுகாக்கும் பணிகளை அரசானது மேற்கொள்கிறது. நூலகத்தின் பாதுகாப்புக் கருதி நூல்களைக் கட்டடம் செய்வதுடன் காகிதம் கேடடைந்து வருவதைத் தடுக்கும் முறைகளையும் மேற்கொண்டு வருகிறது. புதிய வசதி வாய்ப்புகளையுடைய இரசாயன சாலை புத்தக

மருத்துவமனையெனப் பணிபுரிகிறது. நூலகத்துக்கெனப் புதிய துறையுடைய கட்டடம் செய்யும் பகுதி உள்ளது.

நூலகம் கல்வித்துறையின் நேர் மேற்பார்வையில் இயங்கி வருகிறது. நடுவண் அரசிடமிருந்து முப்பது நூறாயிரம் ரூபாய்கள் மானியமாக ஆண்டுதோறும் இந்நூலகம் பெற்று வருகிறது. புத்தகங்களை வெளிநாடுகளிலிருந்து வாங்க ஆண்டு தோறும் நான்கு நூறாயிரம் ரூபாய்கள் செலவழிக்கிறது. நூலகத்தின் ஆதாரக் கொள்கையினை அவ்வப்பொழுது கொண்டு வருவதற்கு நூலகத்துக்கு ஒரு 'குழு' அமைந்துள்ளது.

நூலகத்துக்கென புதிய கட்டடம் இருபத்தெட்டு இலட்ச ரூபாய் செலவில் ஒரு கிளைக்கட்டடம் கட்டப்பட்டுள்ளது. எட்டு அடுக்கு மாளிகையான இக்கட்டடத்தில் ஒரு 'ஆடிட்டோரியம்' ஒரு படிப்பகம், ஒரு சிற்றுண்டி விடுதி ஆகியவை உள்ளன. கன்னிமாரா பொது நூலகம் சென்னையில் மிகப் பெரிய நூலகமாக உள்ளது. தென்னிந்தியாவைப் பொறுத்த மட்டில் மிகப்பெரிய நூலகம் ஆகும். வெள்ளையர் ஆட்சியில் நமக்கு ஏற்பட்ட பல நன்மைகளுள் இந்நூலகத்தின் தோற்றம் ஒன்றாகும் 1866 முதல் 1890 வரை சென்னை மாகாணக் கவர்னராக இருந்தவர் கன்னிமாரா பிரபு, அவர் நூல்களைப் படிப்பதிலும் நூலக அமைப்பிலும் நாட்டம் கொண்டிருந்தார். இந்திய மக்கள் கல்வியில் முன்னேறாமல் இருப்பதற்கு நல்ல நூலகம் இல்லாததும் ஒரு காரணம் என்று உணர்ந்து 1896ல் இக்கன்னிமாரா நூலகத்தைத் தொடங்கி வைத்தார். இந்நூலகத்தில் தற்போது ஏறத்தாழ இரண்டரை இலட்சத்திற்கும்

மேற்பட்ட நூல்கள் உள்ளன. இவற்றை ஒரே வரிசையாக அடுக்கிப் பார்ப்போமாகில் ஏறக்குறைய ஏழு கிலோமீட்டர் தொலைவுக்கு ஒரு முனையிலிருந்து மறு முனைக்கு நடக்க வேண்டியதாயிருக்கும். படிப்போர்க்கு உதவும் வகையில் வெளிநாடுகளில் அச்சாகும் நூல்களும் ஆண்டு தோறும் விலைக்கு வாங்கப் பெறுகின்றன. இந்தியாவில் வெளிவரும் 6,000க்கும் மேற்பட்ட நாள், வார, மாத இதழ்களும் இந் நூலகத்திற்கு வருகின்றன. 17, 18 ஆம் நூற்றாண்டுகளில் அச்சான அரிய நூல்களும் ஆராய்ச்சிக்குரிய இதழ்களும் இந்நூலகத்தில் இடம் பெற்றுள்ளன. 1608ல் அச்சிடப்பெற்ற விவிலிய நூல் 1678ல் ஆம்ஸ்டர்டாமில் வெளி வந்த தென்னிந்திய செடி வளத்தைப் பற்றிய 'ஹெர்பல் இண்டிகி மல்பாரிக் என்ற நூல் மற்றும் வீரமாமுனிவரின் செந்தமிழ், கொடுந்தமிழ் போன்றவையும் இந்நூலகத்தின் அருஞ் செல்வங்களாகும். பின்னர் இது யுனெஸ்கோ தகவல் நிலையமாகப் பணியாற்றி வருகின்றது. நூலகம் என்பது வளர்ந்து கொண்டயிருக்கும் அமைப்பு என்ற அடிப்படையில் நூல்கள் பெருகப் பெருக அவற்றை அடுக்கி வைப்பதற்கு இடமும் அதிகமாகத் தேவைப்படும். இவ்வகையில் நூலகத்தில் 12 இலட்ச ரூபாய் செலவில் புதிய இணைப்புக் கட்டடமொன்று 1972ல் எழுப்பப் பெற்று நன்கு பயன்பட்டு வருகின்றது. தமிழக அரசின் நேரடிப் பார்வையில் மக்கள் வரிப்பணத்திலிருந்து செயல்படும் இந்நூலகம் அள்ள அள்ளக் குறையாத அருஞ்செல்வமாகும்.

மறைமலையடிகள் நூலகம் சென்னையில் அமைந்துள்ளது. தென்னகத்தில் தமிழ் மொழியில் வெளியாகியுள்ள சிறந்த நூல்கள் அனைத்தையும்

கொண்ட இந் நூலகம் வரலாற்றுச் சிறப்பு மிக்க கட்டடத்தில் அமைந்துள்ளது. சமரச சன்மார்க்கத்தை பரப்பிய வள்ளல்ப் பெருமகனாகிய இராமலிங்க அடிகளார் இளமையில் முதன் முதலாகச் சமயச் சொற்பெருக்காற்றிய கட்டடம் இது. அப்பெருமானின் கொள்கையைப் பரப்பும் நோக்கத்தோடு 'பொது நிலைக் கழகம்' நடத்திய மறைத்திரு மறைமலையடிகளாரின் பெயரால் நடைபெறும் நூலகம் அக்கட்டடத்தில் அமைந்திருப்பது பொருத்தமாகும். திருநெல்வேலியில் கடந்த நாற்பது ஆண்டுகட்கு மேலாக சிவஞான முனிவர் நூல் நிலையத்தை நடத்தி வரும் திருநெல்வேலித் தென்னிந்திய சைவ சித்தாந்த நூற்பதிப்புக் கழகத்தார் அத்தகைய ஆராய்ச்சி நூல்கள் நிறைந்த நூல் நிலையமொன்றைச் சென்னையிலும் நடத்த விரும்பினர். தனித்தமிழ் தந்தை மறைமலையடிகளார் தாம் தம் ஆராய்ச்சிக்கென தொகுத்து வைத்திருந்த ஏறத்தாழ 4000 தமிழ், ஆங்கில வடமொழி நூல்களைச் சைவ சித்தாந்தக் கழக ஆட்சியாளர் தாமரைச் செல்வர். வ. சுப்பையாபிள்ளை அவர்களிடம் ஒப்புவித்து அவர்கள் பெயராலேயே சென்னையில் பொது நூல் நிலையமொன்றை நடத்த வேண்டுமென்று விருப்பத்தை வெளியிட்டார். அடிகளாரின் நெறி நின்று தமிழையும் சைவத்தையும் பரப்பி வரும் கழகம் அவர் வேண்டுகோளை ஏற்று "மறைமலையடிகள் நூலகத்தை" 1958ல் தொடங்கியது. அந்நாள் ஆளுநர் விஷ்ணுராம் மேதி தலைமையில் கல்வியமைச்சர் திரு. எம். பக்தவச்சலம்ம நூலகத்தைத் திறந்து வைத்தார். இந்நூலகம் வளரும் நூலகமாக அமைந்துள்ளது. இலக்கியம், வரலாறு, சமயம், தத்துவம் முதலிய துறைகள் பற்றிய ஆங்கிலம், தமிழ் மொழி நூல்கள்

வாங்கப் பெறுகின்றன. இத்துறைகள் பற்றிய கிடைத்தற்கரிய பழைய நூல்களும், பம்பாய், கல்கத்தா, சென்னை முதலிய இடங்களிலுள்ள பழைய புத்தக விற்பனையாளர்களிடமிருந்து வாங்கப் பெறுகின்றன. திருக்குறள் நூற்றொகை நூல்கள். பண்டைய தமிழ் அச்சுநூல்கள் போன்றவைக் காணப்படுகின்றன.

தமிழ் ஆராய்ச்சி செய்வார்க்குப் பயன்படக்கூடிய நூல்கள் வேறெங்கும் கிடைக்காதவை இங்குக் கிடைக்கும் இவையன்றி அறிவியல் ஆங்கிலம், இலக்கியம், பூகோளம் போன்ற பிற துறை நூல்களும் இங்குள்ளன.

இந்நூலகத்தை 18 வயதுக்கு மேற்பட்ட அனைவரும் பயன்படுத்தலாம். யாதொரு கட்டணமும் கிடையாது. வழங்கும் பகுதியில் ரூ.10 முன்பணமும் ரூ.1 நுழைவுக் கட்டணமும் செலுத்தியவர் ஒரே நேரத்தில் 2 நூல்களை எடுத்துச் சென்று படிக்கலாம். வட சென்னையில் பெரிய நூலகம் இல்லாத குறையை இது போக்குவதால் இப்பகுதியில் வாழும் அறிஞர்களும் மாணவர்களும் இந்நூலகத்தை நன்கு பயன்படுத்துகின்றனர். இருப்பினும் தமிழ் பயில்வோடும் தமிழ் ஆராய்ச்சி செய்வோரும் இதைப் பெரிதும் பயன்படுத்தி பயனடைகின்றனர். பிஎச்.டி, எம்.எட், எம்.பில் போன்ற ஆராய்ச்சிப் பட்டங்களைப் பெற ஆராய்ச்சி செய்வோருக்கு இந்நூலகம் பேருதவி செய்கின்றது. டாக்டர் பட்ட ஆராய்ச்சிகளுக்காக இந்நூலகத்தைப் பயன்படுத்தியவர்க்குள் குறிப்பிடத்தக்கவர்கள் டாக்டர் மெ.சுந்தரம், டாக்டர் கா.மீனாட்சி சுந்தரனார், டாக்டர் சாலை இளந்திரையன், டாக்டர். அ. தாமோதரன் முதலியோராவர்.

அமெரிக்காவைச் சார்ந்த திருவாட்டி பீல் என்ற அறுபது வயது அம்மையார் ஏறத்தாழ ஒரு மாதம் முழுவதும் நாள்தோறும் நூலகத்திற்கு வந்து இங்குள்ள 1850க்கு முன் அச்சிடப்பட்ட நூல்களைப் பற்றி ஆராய்ச்சி செய்தார். இந்நூலகம் புலவர்களுக்குப் புகலிடமாக அமைந்துள்ளது. அறிவைப் பரப்பும் நோக்கத்துடன் செயலாற்றுவது நூலகத் தொண்டு அத்தொண்டில் சிறந்து விளங்கும் மறைமலையடிகள் நூலகம் மேன்மேலும் வளர்ந்து காணப்படுகின்றது.

ஆனால் கடந்த சில ஆண்டுகட்கு முன்பிருந்து இந்நூலகம் கன்னிமரா நூலகத்தின் ஒரு பகுதிக்கு மாற்றப்பட்டுள்ளது.

டாக்டர் உ.வே.சாமிநாதய்யர் நூலகம் திருவான்மியூரில் அமைந்துள்ளது. "தமிழ்த்தாத்தா" என்று உரிமையுடன் தமிழர்களால் குறிப்பிடப்பெறுபவர். டாக்டர் உ.வே. சாமிநாதய்யர் அவர்கள் ஆவார். செல்லரித்துக் கொண்டிருந்த சிறந்த தமிழ் இலக்கியங்களை குறிப்பாகச் சங்க இலக்கியங்களை, தமிழ் மக்களுக்கு மீட்டுத் தந்தவர் ஐயரவர்கள். மேனாட்டு முறைப்படி மேனாட்டு அறிஞர்களும் வியந்து போற்றும் வண்ணம் பழந்தமிழ் இலக்கியங்களை ஏட்டிலிருந்து மீட்டு அச்சேற்றியவர். அப்பணியில் தம் வாழ்நாள் முழுவதையுமே அர்ப்பணித்து கொண்டவர். தமிழகத்திலும் தமிழ் வழங்கும் பிற நாடுகளிலும் ஐயரவர்கள் தேடித் தொகுத்த ஓலைச்சுவடிகளும் ஏட்டுப் பிரதிகளும் கொண்டு இயங்குவதே சென்னை திருவான்மியூரிலுள்ள இந்நூலகம் 'கலா சேத்திரா' ஆகும். ஓலைச் சுவடிகளைப் பாதுகாப்பதுடன் நின்று விடாது இதுவரை

வெளிவராத நூல்களைச் சுவடிகளிலிருந்து பெயர்த்து அச்சிடும் பணியிலும் இந்நூலகம் ஈடுபட்டுள்ளது. ஐயரவர்களின் ஆய்வுக்குறிப்புகளைப் பயன்படுத்திக் கொண்டு கம்பராமாயணத்தைப் பல தொகுதிகளாக இந்நூலகம் அச்சிட்டுள்ளது. ஐயரவர்களின் பல நூல்களை மீண்டும் அச்சிடும் பணியையும் இந்நூலகம் மேற்கொண்டுள்ளது. தமிழக அரசிடம் இருந்து பெரும் பொருளுதவியும் மற்றும் செல்வர்களிடமிருந்து நன்கொடை மூலம் கிடைக்கும் பொருளும் கொண்டு இந்நூலகம் நடைபெற்று வருகின்றது.

தமிழ்நாடு ஆவணக் காப்பக நூலகம் எழும்பூரில் அமைந்துள்ளது. கிழக்கிந்தியக் கம்பெனியின் சென்னை நிர்வாகம் சென்ற நூற்றாண்டின் தொடக்கத்திலேயே மாகாண ஆவணங்களை ஒரே இடத்தில் சேர்த்து வைப்பதின் அலட்சியத்தை உணர்ந்திருந்தது. செயிண்ட் ஜார்ஜ் கோட்டை கவர்னர் வில்லியம் பெண்டிங் பிரபு இது சம்பந்தமாக ஒரு குறிப்பு எழுதி வைத்தார். அரசாங்க நிர்வாக ஆவணங்கள் அதிகரித்துக் கொண்டே வருவதால் இவற்றைப் பாதுகாப்பதற்கு ஒரு தனி ஊழியரை நியமிக்க வேண்டுமென்று அக்குறிப்பில் சொல்லியிருந்தார். அவர் குறிப்பிட்டிருந்த ஏற்பாட்டையொட்டி கோட்டை சதுக்கத்தின் வடக்கு மூலையில் ஒரு கட்டடம் ஆவணங்களை வைப்பதற்காக ஒதுக்கப்பட்டது. இந்த ஏற்பாடுதான் சென்னை ஆவண அலுவலகம் தோன்றுவதற்கு அடிப்படையாயிருந்தது. இந்த அலுவலகம் இன்று “தமிழ்நாடு ஆவணக் காப்பகம்” என்ற பெயரில் விளங்குகிறது. இந்த நூலகத்தில் ஆராய்ச்சியாளருக்குத் தேவையான மூலக்கருத்துக்கள் மற்றும் இரண்டாம்

பட்ச ஆதாரங்கள் கிடைக்கின்றன. பிரசுரமான நூல்கள் விலை கொடுத்து வாங்கியும், நன்கொடையாகவும், பரிவர்த்தனை மூலமும் பெறப்படுவதோடு நூல் பதிவுச் சட்டத்தின் கீழ் வரப்பெறும் நூல்களும் சேர்க்கப்படுகின்றன. அரசாங்கத்தின் பல்வேறு துறைகளின் தலைமை அதிகாரிகள் அனுப்பும் நூல் பட்டியல்களிலிருந்து எந்தெந்த நூல்களை நூலகத்திற்கு மாற்ற வேண்டுமென்பதை இயக்குநர் குறிப்பிடுவார். நூலகம் முழுவதையும் சீரமைப்பதற்காக கெஜட் பதிவு நூலகர் பதவி ஒன்றை தமிழ்நாடு அரசு அனுமதித்தது. இடைக்கால, தற்கால வரலாறு சம்பந்தமான பல நூல்கள் வாங்கப்பட்டுள்ளன. சென்னை ஸ்டான்லி மருத்துவக் கல்லூரியிலிருந்து மருத்துவ விஞ்ஞான நூல்கள் பல இந்த நூலகத்திற்கு மாற்றப்பட்டுள்ளன

தலைமைச் செயலக நூலகம் சென்னையில் அமைந்துள்ளது. சமயத்தில் நாட்டம் உள்ளவர்கள் ஓரிடத்தில் சேர்ந்து வாழ்ந்தால் அங்கே கடவுளின் கோயில் இடம் பெறும். அறிவில் வேட்கை கொண்டவர்கள் கூடி உறைந்தால் அங்கே சுவடிக் கோயில் தலை நிமிர்ந்திருக்கும். இது வரலாற்றின் உண்மை. பொருளைக் கொடுத்து வாங்கும் குறிக்கோளுடன் அருந்தமிழ்நாட்டில் அடியிட்ட ஆங்கிலேயர்கள் மெதுவாக இங்கே ஆண்டவர்களையும் அடுத்துக் கெடுத்தனர். நிலத்தைப் பிடித்துக் கொண்டு ஆட்சியும் செய்தனர். அறிவுக்குப் பெருமளவு வேலை தரும் செயலைச் செய்தனர். எனவே சரக்கையும் சிப்பாய்களையும் இருத்தி வைத்த கோட்டையில் ஒரு நூலகம் தோன்ற வேண்டிய வாய்ப்பு, தானாகவே காய்த்துக் கனிந்தது. எட்வர்டு லின்டா என்பவர்

*1644*ஆம் ஆண்டில் மசூலிப்பட்டணத்தில் இளநிலை எழுத்தராக வேலையில் அமர்ந்தார். அவர் தேர்ந்தறியும் பட்டறிவும் கூர்ந்துணரும் நுட்ப அறிவும், கருவில் திருவாகப்பெற்றவர். தூரத்து வாய்ப்பினையும் தாமே தாவிப் பிடித்து ஏவல் தலைமையை மேவிப் பிணிக்கும் பெரு முனைப்புடன் மறுமதிப்பானவர். கானில் உலவும் யானைக் கன்று போல அவர் ஆட்சிப் பொறுப்பில் நாளும் வளர்ந்தார். நடுவில் தாயகம் சென்று சர் பட்டம் பெற்று சென்னையில் உள்ள புனித ஜார்ஜ் கோட்டைக்குக் கம்பெனியின் பிரதிநிதியாக பதவிப் பொன் அரியணையில் இன் முகத்துடன் ஏறினார். அவரது ஆட்சியில் வசதிகள் இளம்பிறை நிலவு போல் வளர்ந்தன. அவர் மாதா கோயிலைக் கட்டினார். மருத்துவமனையை எழுப்பினார். இந்நூலகத்திலுள்ள சில புத்தகங்களில் 'பேரரசு நூலகம்' என்ற முத்திரையும் காணப்படுகிறது. மேகம் சூழ்ந்துலவும் உதகையில் சில காலம் இது வாழ்ந்து கொண்டிருந்தது.

தலைமைச் செயலக நூலகம் பெரிய நூலகம் அன்று. ஆனால் இஃது ஓர் அரிய நூலகம். "சிறந்த சுவடிகளின் சேமிப்பிடமே உண்மையான பல்கலைக்கழகம்" என்று அறிஞர் கார்லைல் வரைந்தார். எனது நூலகம் பிரபுக்களின் குறு நாடு போன்ற பரப்புடையது என்றார் நாடக ஆசிரியர் செகப்பிரியர். இந்தப் பொன்மொழிகள் சென்னை மாநகரின் தலைமைச் செயலக நூலகத்திற்குச் சாலவும் பொருந்தும். ஆட்சிக் குளத்தில் பலதுறை இலைகளின் இடையில், சிறு மலராய் அடங்கிக் கிடக்கும். இந்தநூலகம் மேலை நாட்டு ஆராய்ச்சித் தும்பிகளின் பாராட்டு இசையைப் பல முறை கேட்டு மகிழ்ந்திருக்கிறது. அதனால் உதித்த

பேரின்ப நினைப்பில் ஊன்றித் திளைத்துக் கொண்டே தன் கடமையைச் செய்யும் வாய்ப்பினில் இதயத் தூய்மையுடன் முயன்று வருகிறது.

அமெரிக்க நூலகம் சென்னையில் அமைந்துள்ளது. அமெரிக்காவில் இயங்குவதைப் போலவே இந்தியாவிலும் சென்னை, பம்பாய், கல்கத்தா, புதுதில்லி ஆகிய நகரங்களில் உள்ள அமெரிக்க நூலகங்கள் இலவசத் தொண்டு செய்து வருகின்றன. இந்த நூலகத்திலிருந்து நூல்கள் இரவல் பெறுபவர்கள் வைப்புத் தொகையோ ஆண்டுக் கட்டணமோ செலுத்த வேண்டியதில்லை. அமெரிக்க இலக்கியம், வரலாறு, பொருளாதாரம், அரசியல், மாந்தவியல், உளவியல் முதலிய துறைகளைச் சேர்ந்த 30,000 நூல்கள் சென்னை நூலகத்தில் இருக்கின்றன. சிறந்த நிறுவனங்கள் முப்பதில் அமெரிக்க இயல் பற்றிய 300 நூல்களை வைத்திருக்கும் திட்டம் ஒன்று செயல்படுகின்றது. 'அமெரிக்க நூல் சங்கம்' என்ற பெயரில் அண்மையில் தொடங்கப்பட்ட அமைப்பு தென்னிந்தியாவில் படிப்போர் ஐயாயிரம் பேர்க்கு அவர்க்கு வேண்டிய நூல்களை அனுப்புகின்றது. அமெரிக்கா பற்றிய திரைப்படங்கள் திங்கள் தோறும் இரண்டாவது சனிக்கிழமையன்று உறுப்பினர்களுக்குக் காட்டப்படுகின்றன. தென்னிந்தியப் பல்கலைக் கழகங்களில் நூலகவியல் பட்டம் பெற்ற புதிய பட்டதாரிகள் மூவருக்கு இந்த நூலகத்தில் மூன்று திங்கள் பயிற்சியளிக்கின்றார்கள். கல்வித்துறையைச் சேர்ந்த குழுக்கள் இந்த நூலகத்தின் பல்வேறு பகுதிகளைப் பார்வையிட நூலகத்தார் உதவி செய்கின்றார்கள். அமெரிக்க வாழ்க்கை, பண்பாடு பற்றிய நிகழ்ச்சிகள் இங்கு ஆண்டு முழுவதும் நடைபெறுகின்றன. மாணவர்களுக்கு

ஏற்றபடி அமெரிக்க வரலாறு, அமெரிக்க அரசாங்கம் பற்றிய கோடைக்கால வகுப்புகளும் நடைபெறுகின்றன. இந்நூலகம் அமெரிக்கத் தூதரகத்தின் சொந்தக் கட்டடத்தில் நிலையான இடம் பெற்றுள்ளது.

இராம கிருட்டினர் நூலகம் சென்னையில் அமைந்துள்ளது. நம் நாட்டில் ஊர் தோற்றம், பள்ளிகள், மருத்துவ நிலையங்கள், மின் விளக்கு வசதிகள் முதலியன அமைக்க வேண்டுவது அரசின் இன்றியமையாத கடமையாகும். பள்ளிகளிலும், கல்லூரிகளிலும் அறிவு வளர்ப்பது போலவே இன்றும் அவற்றைக் காட்டிலும் மேலாகவே நூல் நிலையங்கள் மக்களுக்கு மிகச் சிறந்த அறிவு புகட்டுகின்றன. நாளிதழ், திங்களிதழ் முதலியன படிக்காதவர்கள், இருள் உலகத்தில் இருக்கும் மக்களுக்கு ஒப்பாகவே காணப்படுவார்கள். நூலகம் நல்ல காற்றோட்டமும், வெளிச்சமும் அமைதியான சூழ்நிலையும் உடையதாக இருக்க வேண்டும். அதுதான் கலைமகளின் கோயிலாக மதிக்கப்படும். மயிலாப்பூரில் கோயிலுக்கு அருகில் தெற்கு மாடவீதியின் மேல் கோடியில் இராம கிருட்டினர் நூலகம் இருக்கின்றது. திருஞானசம்பந்தர் மயிலைக்கு வந்த போது தங்கியிருந்த இடம் தான் இப்பொழுது இராம கிருட்டிணர் மடம் உள்ள இடம் என்று கூறுவர். இந்தப் புதிய கட்டிடம் 1963ம் ஆண்டில் விவேகானந்தரின் நூற்றாண்டு விழா நடைபெற்ற போது கட்டப்பெற்றது. இந்த நூலகத்தில் ஆங்கிலம், தமிழ், சமஸ்கிருதம், தெலுங்கு ஆகிய மொழிகளில் அமைந்த நூல்கள் ஏறத்தாழப் பதினைந்தாயிரம் உள்ளன. கல்லூரி, பள்ளி மாணவர்களும், சிறுவர்களும், பொது மக்களும் வந்து படிப்பதற்கு வாய்ப்பு அளிக்கின்றார்கள். இந்த

நூலகத்துக்கு வந்து பலரும் பயன்பெற வேண்டும் என்று இராம கிருட்டிண மடத்தார் விரும்புகின்றார்கள்.

மாக்ஸ்முல்லர் பவன் நூலகம் சென்னையில் அமைந்துள்ளது. ஜெர்மன் நாட்டு மொழி, இலக்கியம், கலை, பண்பாடு, வரலாறு முதலியவற்றை அறிய உதவுவது இந்நூலகம். திராவிட மொழிகளுக்குச் சிறப்பாகத் தமிழ் மொழிக்கு ஜெர்மானியர் சிலர் தொண்டு செய்திருக்கின்றார்கள். 19ம் நூற்றாண்டில் மாக்ஸ்முல்லர் இந்தியாவைப் பற்றி ஆராய்ந்த பேரறிஞர் ஆவார். அவர் இங்கிலாந்தில் கல்வி பயின்று அங்கேயே ஆசிரியராகவும் இருந்தார். பல மொழிகளின் அறிவும், மொழிகளுக்கு இடையில் உள்ள உறவு பற்றிய ஆராய்ச்சியும் உடைய அவரிடம் இங்கிலாந்து செல்லும் பலரும் கலந்துரையாடினர். மாக்ஸ்முல்லரைச் சந்தித்த பின்னர் சுவாமி விவேகானந்தர் அவருடைய அருமை பெருமைகளையும், இந்தியாவின் மீது அவருக்கு இருந்த அன்பையும் பாராட்டிக் கூறியுள்ளார். 1900 ஆம் ஆண்டில் மாக்ஸ் முல்லர் காலமானார். இருக்கு வேதத்தை அவர் வெளியிட்டார். அவரை உலகம் பாராட்டியது. "கீழை நாடுகளின் புனித நூல்கள்" என்ற பெரிய தொகுதியையும் அவர் வெளியிட்டார். இதனை ஆங்கில நாளிதழ்கள் பாராட்டினர். இந்திய காங்கிரஸ் அவர் காலமானபோது வருத்தம் தெரிவித்தது. இந்த நூலகத்தில் இந்திய மதம், தத்துவம், மொழிகள், நாடு பற்றி ஆங்கிலத்திலும் ஜெர்மன் மொழியிலும் இந்திய எழுத்தாளர்களுக்கும் ஜெர்மன் எழுத்தாளர்களும் எழுதிய நூல்கள் உள்ளன. ஜெர்மன் மொழி இங்குக் கற்றுக் கொடுக்கப்படுகின்றது. ஜெர்மன் மொழியிலிருந்து இந்திய மொழிகளில் மொழி பெயர்க்கப் பெற்ற

நூல்களும் இங்கு உள்ளன. ஜெர்மானிய இசை, நாடகங்கள், வானொலி நிகழ்ச்சி ஆகியவற்றைப் பதிவு செய்த சுருள்களும் இங்கு இருக்கின்றன.

சரசுவதி மகால் நூலகம் தஞ்சையில் அமைந்துள்ளது. நாயக்கர் ஆட்சி மதுரை, தஞ்சை பகுதிகளில் ஓங்கியிருந்த நாயக்க மன்னர்கள் தெலுங்கு, வடமொழி ஓலைச் சுவடிகளைத் தொகுத்தனர். இங்குள்ள 500 தமிழ்ச் சுவடிகள் விலை மதிக்க முடியாதவை இலக்கியம், சமயம், வரலாறு, சிற்றிலக்கியம், சோதிடம், மருத்துவம் போன்ற பல துறைகளில் உள்ள சுவடிகள் இவை. இவற்றுள் மருத்துவச் சுவடிகள் மிக அரியவை. இவற்றை ஆய்ந்து நூலாக வெளியிடும் பணியில் ஈடுபட்டுப் பல அரிய நூல்கள் அச்சிடப் பெற்றுள்ளன. “நாலடியார் உரைவளம்” இலக்கண விளக்கம் போன்ற அரிய நூல்களையும் இந்நூலகம் வெளியிட்டுள்ளது. இந்நூலகத்தின் சிறப்புப்பகுதி “மோடி” மொழியில் எழுதப்பெற்ற ஏடுகள் கொண்டது. நூலகத்திற்குத் தேவையான உதவியை தமிழக அரசும், இந்திய அரசும் செய்து வருகின்றது. அங்குள்ள சுவடிகளைப் படமெடுத்துப் பாதுகாக்க ‘நுண்படக்கருவி’ யொன்றும் புதிதாக அமைக்கப்பெற்றுள்ளது.

தமிழ்ப் பல்கலைக்கழக நூலகம் தஞ்சாவூரில் அமைந்துள்ளது. நூலகம் அச்சு நூல்கள், பழைய நூல்கள் அயல்நாட்டில் வெளியிடப்பட்ட நூல்கள், நாளிதழ்கள், காலவாரி இதழ்கள் முதலியவற்றைப் பெற்று இருக்கிறது. ஆங்கில நூல்களும் தமிழ் நூல்களும் குறைந்த அளவில் பிறமொழி நூல்களுமாக நூலகத்தில் 75,0000 நூல்கள் இக்குறுகிய காலத்திலேயே

இடம் பெற்றுள்ளன. தமிழ்ப் பல்கலைக்கழகத்தின் வெளி மையங்களான காஞ்சி, உதகை, மண்டபம் மையங்களிலும் பேரகராதித்துறையிலும் அமைந்துள்ள நூலகப் பிரிவுகளின் நூல்களும் இந்நூலக அமைப்பில் அடங்கும். கணிப்பொறி வழியாக நூல் பட்டியல் உருவாக்கம், தகவல் தேர்ந்து அறிவித்தல் ஆகிய நூலகப் பணிகளுக்குக் கணிப்பொறியைப் பயன்படுத்தி கணிப்பொறி வழியமைப்புகள் உருவாக்கப்படுகின்றன. இப்பணி இந்திய நாட்டளவில் முன் மாதிரியானது. இதற்கெனத் தனிக் கணிப்பொறியே உள்ளது. தஞ்சை தமிழ்ப் பல்கலைக்கழகம் மையத்தில் மூன்று அடுக்குகள் கொண்ட மண்டபம் ஆகும். நூலகத்தின் பின்புறத்தில் திறந்த வெளிப் பேரரங்கம் இரண்டு இலட்சம் மக்கள் இடம்பெறும் வசதி கொண்டது. கீழ்த்தளத்தில் நூல் வழங்கும் பகுதி, நூல்கள் பகுதி, அரிய நூல்கள் பகுதி, பட்டியலிடுதல், நூல் வெளியிடுதல், கால முறை இதழ்கள், ஒலி, ஒளித் தகவல்கள் படியாக்கும் பணி ஆகியவை உள்ளன. மையக்கட்டடத்தில் நாளேடுகள், நிலவரைப்படங்கள், நடமாடும் நூலக வண்டி, அரிய நூல்கள் ஆகியவை இடம் பெற்றுள்ளன. நூலக அரங்கம் நூலகத்தின் பின் பகுதியில் உள்ள கருத்தரங்கக் கூட்டம் 200 இருக்கைகள் கொண்ட புதுமையான அரங்கமாகும்.

தன வணிகர் சங்க நூலகம், பாகனேரியில் அமைந்துள்ளது. இந்நூலகம் திரு.காசிவிசுவநாதன் செட்டியார் அவர்கள் முயற்சியால் நிறுவப்பெற்றுள்ளது. இந்நூல் நிலையத்தை நூலகத்தந்தை டாக்டர் எஸ்.ஆர். அரங்கநாதன் அவர்கள் பாராட்டியுள்ளார்கள். இந்த நூலகத்தில் ஏறத்தாழ பத்தாயிரம் நூல்கள் உள்ளன.

திருவாளர் மு.காசிவிசுவநாதன் செட்டியார் அவர்கள் சைவ சித்தாந்த நூற்பதிப்புக் கழகத்தின் தலைவராக இருந்திருக்கின்றார். இவர் நூல்களை இளமை முதலே சேகரித்துப் பாதுகாத்துப் படிக்கும் வழக்கம் உடையவர். திருவள்ளுவர் நூல் நிலையம் என்ற பெயருடன் தொடங்கிய நூலகத்தை இதனுடன் சேகரித்தார். இந்த நூல் நிலையத்தில் இருந்து ஆராய்ச்சி செய்பவர்களுக்கு வேண்டிய உதவிகளை நூலக உதவியாளர்கள் செய்கின்றனர். நூலாசிரியர் சிலர் இந்நூலகத்தைப் பயன்படுத்திப் புதிய நூல்களை எழுதியிருக்கின்றனர்.

பென்னிங்டன் நூலகம் திருவில்லிபுத்தூரில் அமைந்துள்ளது. திருவில்லிபுத்தூர் வட்டாட்சியாளராக இருந்த சரவணமுத்துப்பிள்ளையென்பவர் இதனை நிறுவினார். பெண்கள் பள்ளியொன்றையும் அவ்வூரில் நிறுவினார். இந்நூலகத்தில் ஆங்கில இலக்கியம், இந்திய தத்துவம், கலைகள், பண்பாடு பற்றிய சில ஆயிரம் நூல்கள் இங்கு உள்ளன. இப்போது பத்தாயிரம் நூல்களுக்கு மேல் இங்கு உள்ளன. அவ்வப்பொழுது புது நூல்கள் பல சேர்க்கப்படுகின்றன. பல நூற்றுக்கணக்கான இதழ்களும் வருகின்றன. திங்கள் தோறும் சொற்பொழிவுகள் நடைபெறுகின்றன. பெரிய மண்டபம் முதல் பல மண்டபங்களும் அலுவலக அறை முதலிய பல அறைகளும் உள்ளன. இந்நூலகம் வெளியில் நூல்களைக் கொடுத்து வாங்குவது முதலிய பல பிரிவுகளோடும் விளங்குகின்றது.

காந்தி கலை மன்ற நூலகம் இராசபாளையத்தில் அமைந்துள்ளன. தமிழ்நாட்டின் முதலமைச்சராகவும், ஓரிசா மாநிலத்தின் ஆளுநராகவும் இருந்த குமாரசாமி

ராசா அவர்களே இதனை நிறுவினார்கள். குமாரசாமி ராசா அவர்கள் வாழ்ந்த வீடுதான் இப்பொழுது நூலகக் கட்டடமாக இருக்கின்றது. இப்பெரியார் இந்திய அரசியல் விடுதலை இயக்கத்தில் மிகவும் ஈடுபட்டுத் தம் சொத்துக்களையெல்லாம் செலவழித்தார். இவர் நம் நாட்டில் கல்வியும், கலையும் வளர வேண்டும் என்று எண்ணி ஆர்வத்தோடு உழைத்தார் நாடு விடுதலையடைவதற்கு முன்னரே 12 ஆண்டுகள் தில்லி சட்டசபையில் உறுப்பினராக இருந்து தொண்டாற்றினார். தன் பதவியில் இருந்த போது கிடைத்த நூல்களையும், விலை கொடுத்து வாங்கிய நூல்களையும் சேர்த்துத் தாம் வாழ்ந்த இல்லத்தையே நூலகமாக்கிப் பொதுமக்கள் பயன்படுத்துமாறு செய்துள்ளார். இந்நூலகத்தில் தமிழ், ஆங்கிலம், தெலுங்கு மொழி நூல்கள் உள்ளன. இந்த அழகான மாளிகையில் இவர் வாழ்ந்த காலத்தில் காந்தி, நேரு, இராசேந்திரபிரசாத் ஆகியோர் விருந்தினராகத் தங்கியுள்ளனர். பாஞ்சாலங்குறிச்சியிலிருந்து கொண்டுவரப்பட்ட வீரபாண்டிய கட்டபொம்மன் சிலையொன்று இந்நூலகத்தில் உள்ளது. இவையே இந்திய நூலகத்தின் சிறப்புகளாகும்.

6. இக்கால நூலகங்கள்

நூலகங்கள் கல்வி கற்ற வித்துவான்கள் பயன் படுத்துவதற்கு மாத்திரம் உரியதென ஒரு காலத்தில் கருதப்பட்டது. இப்பொழுது அவை படித்தவர்க்கும் படிக்க விரும்புகின்றவர்க்கும் உரிய இடமாகக் கொள்ளப்படுகின்றன. இலண்டன் மாநகரிலுள்ள நூலகம் ஏனைய நூலகங்களை விடச் சிறப்பு வாய்ந்தது. இந்நூலகத்தில் 20,00,000 அச்சிட்ட நூல்களும், 56,000 கையெழுத்து நூல்களும் உள்ளன. மற்றைய நூலகங்களில் காணப்படுவதைப் போன்ற சிறிய நூல்கள் இக்கணக்கில் அடங்குவனவல்ல. அவைகளையும் சேர்ப்பின் நூல்களின் எண்ணிக்கை 50,00,000 வரையிலாகும். இங்கிலாந்தில் அச்சிடப்படும் நூல்களில் 3,400 படிகள் ஆண்டு தோறும் சேர்க்கப்பட்டு வருகின்றன.

ஏட்டுச் சுவடிகளை மட்டுமே மிகுதியாக கொண்டிருக் கின்ற தஞ்சை சரஸ்வதி மகால் நூலகம், சென்னையில் உள்ள அரசினர் நூலகம் பத்திரிக்கையாளர்கள் அமைத்துக் கொண்டுள்ள செய்தித்தாள் நூலகங்கள்,

கண்பார்வையற்றவ ர்களுக்கென்று தனியான எழுத்தில் அமைந்த நூல்களைக் கொண்ட 'பிரெயில் நூலகங்கள் குழந்தைகளுக்கு நூல்களுக்குப் பதில் பொம்மைகளைக் கொடுத்து திரும்பப் பெறும் பொம்மை நூலகம், மருத்துவத்துறை நூலகங்கள் என சிறப்புத் துறை நூலகங்கள் பல்வேறு வகைப்படும். கையெழுத்துப் படிகள் கிறிஸ்த்துவுக்கு முன் மூன்றாம் நூற்றாண்டு முதல் இன்றுவரையும் உள்ளன. இவைகளுள் பைபிரஸ் தாளில் எழுதப்பட்ட கிரேக்க நூல்கள் சிறப்புடையன.

இலண்டன் பொருட்காட்சிச் சாலையில் உள்ள நூலகத்தில் சென்று நூல்களைப் படிப்பதற்கு ஒருவன் 21 வயதுக்கு மேற்பட்டவனாயிருத்தல் வேண்டும். அவனிடத்தில் அனுமதிச் சீட்டும் இருத்தல் வேண்டும். கல்கத்தாவிலுள்ள சமக்கிருத கலாசாலையில் 1652 சமக்கிருதக் கையெழுத்து நூல்களும் 2769 சமக்கிருத அச்சு நூல்களும் உள்ளன. சைன மதக் கொள்கைகள் தொடர்பான கையெழுத்து நூல்களும் உள்ளன. 1781ல் தொடங்கப்பட்ட அராபிய நூல் நிலையத்தில் 731 அச்சிடப்பட்ட நூல்களும் 143 கையெழுத்து நூல்களும் 151 படி எழுதிய நூல்களும் உள்ளன. திப்புச்சுல்தானின் நூலகத்தில் 2,000 கையெழுத்து நூல்கள் இருந்தன. அமெரிக்காவில் பல நூல் நிலையங்கள் உண்டு. காங்கிரஸ் நூல் நிலையம் வாஷிங்டனில் ஆரம்பிக்கப்பட்டது. இதை ஆங்கில போர்வீரர்கள் தீ மூட்டி எரித்தார்கள். 1851ல் புதிய நூலகமொன்று தொடங்கப்பட்டது. அங்கு 20,000 நூல்கள் இருந்தன. அவை தீக்கு இரையாகின. பின் தொகுக்கப்பட்டவை 26,00,000 நூல்களாகும்.

அமெரிக்காவில் பல நூல் நிலையங்கள் உண்டு.

1000 பெரிய நூல்களுக்கு மேலுள்ள நூல் நிலையங்கள் 5388 வரையில் 1900ல் அமெரிக்காவில் இருந்தன. காங்கிரஸ் நூல் நிலையம் 1800ல் வாஷிங்டனில் ஆரம்பிக்கப்பட்டது. இதை 1814ல் ஆங்கிலப் போர்வீரர்கள் தீமூட்டி எரித்தார்கள். பின்பு 1881ல் புதிய நூலகமொன்று தொடங்கப்பட்டது. அங்கு 20,000 நூல்கள் இருந்தன. அவை தீக்கு இரையாயின. அதன் பின் தொகுக்கப்பட்டவை 26,00,000 நூல்கள். இன்றுள்ள நூல் நிலையக் கட்டடம் 1807ல் அமைக்கப்பட்டது. அதன் பரப்பு மூன்றரை ஏக்கர் அதில் நாற்பது லட்சம் நூல்களை வைக்கலாம். இதுவே உலகம் முழுமையிலும் உள்ள நூலகக் கட்டடங்களில் பெரியது.

கன்னிமாரா நூலகம் சென்னையில் எழும்பூரில் நூதன பொருட்காட்சிச் சாலைக் கட்டிடத்தில் உள்ளது. இங்கு ஒரு லட்சம் நூல்கள் வரையில் உள்ளன. இங்கு பல்துறை நூல்கள் உண்டு. மாணவரும், ஆசிரியரும், ஆராய்ச்சியாளரும் இந்நூலகத்தைப் பயன்படுத்துவர். இந்நூலகம் பொதுமக்களுக்குத் திறந்து விடப்பட்டிருக்கின்றது. நானூறு முதல் ஐநூறு பேர் தினமும் இந்நூலகத்துக்குச் செல்கின்றனர். இங்கு நூல்களேயன்றிப் பல நாள், திங்கள், வார வெளியீடுகளும் வர வழைக்கப்படுகின்றன. பழைய படிகள் புத்தக வடிவில் கட்டிவைக்கப்பட்டிருக்கின்றன. இந்நூலகத்தில் அங்கத்தினராவதற்கு முப்பது ரூபாய் கட்ட வேண்டும். அங்கத்தினரிலிருந்து விலக விரும்பினால் அப்பணத்தை திரும்பப் பெற்றுக்கொள்ளலாம். திருவல்லிக்கேணியில் பல்கலைக்கழக நூல் நிலையம் ஒன்று உள்ளது. இங்கும் கன்னிமாரா நூல் நிலையத்திலுள்ள நூல்கள் அளவு உண்டு. இது பொதுமக்களுக்குத் திறந்து

விடப்படவில்லை. பட்டதாரிகள், கலாசாலை மாணவர்களே இந்நூலகத்தில் பயன்கொள்வர்.

பொம்மைகள் நூலகம் டென்மார்க்கில் உள்ளது. இங்கு மிகுதியான பொம்மைகள் உள்ளன. இந்தியாவில் முன்னோடியாக டெல்லியில் நேரு அவர்களின் பெயரால் ஒரு பொம்மைகள் நூலகம் அமைத்திருக்கிறார்கள். இதற்கு "சாச்சா பொம்மைகள் நூலகம்" என்று பெயர். சாதாரண நூலகங்களில் நூல்கள் இருக்கும். இந்த நூலகத்தில் பொம்மைகளும், ஏனைய விளையாட்டுட்டுச் சாமான்களும் இருக்கின்றன. இந்தப் பொம்மை நூலகத்தில் குழந்தைகள் பொம்மைகளைப் பெற்றுச் சென்று வைத்திருந்துவிட்டு திரும்பக் கொடுக்கலாம். இந்தப் பொம்மை நூலகத்தில் உள் நாட்டு வெளி நாட்டுப் பொம்மைகள் மிகுதியாக உண்டு. இந்த நூலகம் 1958ம் ஆண்டில் அமைக்கப்பட்ட விளையாட்டுப் பொம்மைகள் பரிவர்த்தனைக் கழகத்தால் நடத்தப்பட்டு வருகிறது. டென்மார்க்கில் இந்த நூலகம் ஓராயிரம் பொம்மைகளை வழங்கி இருக்கிறது. 1965ம் ஆண்டு ஜனவரி மாதத்தில் அந்நாட்டிலிருந்து நான்கு குழந்தைகள் கொண்ட குழு இந்தியாவிற்கு வந்து அந்த நூலகத்தை குடியரசு நாளில் திறந்து வைத்தனர். இந்த நூலகம் வெற்றிகரமாகப் பணியாற்றி வருகின்றது. இம்மாதிரியான நூலகங்கள் இந்தியா முழுவதும் தோற்றுவிக்கப்பட வேண்டும்.

செய்தித்தாள் அலுவலகத்தில் ஒரு சிறப்பு நூலகம் உள்ளது. இங்குச் செய்திகளைச் சேகரித்து அந்தத் தகவல்களைத் தருவதற்கு தனித் திறமை வேண்டும். இரவில் விபத்துப் பற்றிய செய்தி அறிய நிருபர் மிகக் கவனம் காட்டுவர். இம்மாதிரியான செய்திகளை

நூலகத்தின் ஒரு பிரிவில் சேகரித்து வைத்திருப்பார்கள். ஒவ்வொரு அலுவலகத்திலும் செய்தித் துணுக்குகளையும் செய்திகளையும் பிரமுகர் வாழ்க்கைக் குறிப்புகளையும் சேகரித்து ஆண்டு, தேதிவாரியாகத் தொகுத்து வைத்திருப்பர். இங்கு நாள்தோறும் எண்ணற்ற செய்திகள் சேகரித்து வகைப்படுத்தி வைக்கப்படும். நாடு, பிரமுகர், முக்கிய நிகழ்ச்சி முதலியவற்றைக் கூறும் ஆண்டு வெளியீடுகளும், தகவல் ஏடுகளும் இங்கு உண்டு. இந்நூலகங்கள் செய்தித் துணுக்குகளையும் வகைப்படுத்தித் தனிப்பிரிவில் வைத்திருக்கின்றன. “டைம்ஸ்” தினத்தாள் நூலகத்தின் அமைப்பு உலகப் புகழ் பெற்றது. இங்கு இலட்சக்கணக்கான செய்தித் துணுக்குகளையும் செய்திகளையும் வகைப்படுத்தி வைத்திருக்கிறார்கள். வாழ்க்கைக் குறிப்பு, மற்றும் வெளிநாட்டுத் தொடர்பு போன்றவற்றையும் தனித் தனியே குறித்து வைத்திருப்பார்கள். டைம்ஸ் அலுவலகத்தில் பத்திரிக்கையின் ஒவ்வொரு பக்கத்தையும் நுண் புகைப்படம் எடுத்து வைத்திருக்கிறார்கள். இட நெருக்கடி இதனால் தவிர்க்கப்படுகிறது. குறிப்பிட்ட ஒரு தேதிப் பத்திரிக்கையைப் பார்க்க விரும்பினால் அந்த படச்சுருளை திரையிட்டுப் பார்த்துக் கொள்ள இயலும் 1785ம் ஆண்டிலிருந்து நாளது வரையிலுள்ள பிரதிகளை இம்மாதிரிப் புகைப்படச்சுருள்களில், எடுத்து வைத்திருக்கிறார்கள். இந்த நூலகத்தில் உலகின் பல்வேறு பிரதேசப் படங்களைக் கொண்ட பகுதியைக் காணலாம். மேலும் ஒரு பிரிவில் ஆண்டுத் தகவல், ஏடுகள், யார் எவர் ஆண்டு வெளியீடுகள், ஆண்டுப் பதிவுக்குறிப்புகள் எனப் பல்வேறு தகவல் நூல்களைச் சேகரித்து வைத்திருக்கிறார்கள்.

இலண்டனிலுள்ள B,B,C வானொலி

நிலையத்திலும் செய்திக்களஞ்சியம் பிரிவு ஒன்று உண்டு. இங்குச் செய்தித்தாள்களிலிருந்து மட்டுமின்றி சிறப்புத் தாள்களிலிருந்தும் வேறு பல துண்டுப் பிரசுரங்களிலிருந்தும் செய்திகளைச் சேகரித்து வகைப்படுத்தியுள்ளனர்.

பிரிட்டனில் ஒவ்வொரு செய்தித்தாள் அலுவலகத்திலும் செய்திக் களஞ்சியம் உண்டு ஒரு சில வார திங்கள் வெளியீடுகளும் கூட தம் தம் தேவைக்கேற்றபடி, செய்திக் களஞ்சியப்பிரிவை அமைத்துக் கொண்டிருக்கின்றன.

உலகின் எட்டாவது அதிசயமாக உலக மக்கள் அனைவராலும் கருதப்படுவது. தஞ்சாவூரில் உள்ள சரசுவதி மகால் நூலகம் ஆகும். இந்நூலகம் இந்தியாவிலுள்ள மிகச்சிறந்த நூலகம். இங்கு தமிழ், தெலுங்கு, வட மொழி, மராத்தி, ஆங்கிலம், பிரெஞ்சு, ஜெர்மன், டச்சு, இலத்தீன், கிரேக்கம் முதலிய பல மொழிகளில் உள்ள நூல்களும் கையெழுத்து சுவடிகளும் ஓலைச்சுவடிகளும் உள்ளன. வரலாறு, மருத்துவம், விஞ் ஞானம், இசை, நாட்டியம், சிற்பம் சமயம் முதலிய பல கலைகளிலும் சிறந்த நூல்கள் இந்நூலகத்தில் உண்டு தஞ்சையை ஆண்ட நாயக்க மன்னர்கள் பல நூல்களைச் சேர்த்தார்கள். மராட்டிய மன்னர் சரபோஜி என்பவர் காசி சென்ற போது ஏராளமான வடமொழி நூல்களைச் சேகரித்து வந்தார். இவர் காலத்தில் மேனாட்டு மொழிகளில் அச்சு நூல்களும், பல சிறந்த ஓவியங்களும் சேர்க்கப்பட்டன. ஆகையால் இந்த நூலகம் சரபோஜி சரசுவதி மகால் நூலகம் என்று வழங்கப்பெறுகிறது. இந்த நூலகத்திற்கு வெளியே கிழக்கிந்தியக் கம்பெனியினரால் நிறுவப்பெற்ற சரபோஜி மன்னனின் உருவச்சிலை

அழகாக அமைந்துள்ளது. இந்த நூலகம் உலகில் உள்ள தலைசிறந்த நூலகங்களில் ஒன்றாகும். இந்த நூலகம் தற்பொழுது தமிழக அரசினால் நியமிக்கும் ஒரு ஆட்சிக் குழுவினரால் பாதுகாக்கப்பட்டு வருகிறது. சரசுவதி மகாலில் சுமார் 25,000 நூல்கள் உள்ளன. இந்த நூலகத்தில் மிகப் பழைய காகிதக் கையெழுத்துச் சுவடிகளும், படங்கள் சேர்ந்த காகிதக் கையெழுத்துச் சுவடிகளும் இருக்கின்றன. ஐரோப்பா, இந்தியா முதலான நாடுகளில் உள்ள சிறந்த அழகிய நகரங்களில் படங்களும், உடற்கூறு, தாவரம் முதலிய கலைகளுக்குரிய பல நிழற்படங்களும், சிறந்த ஓவியங்களும் உள்ளன. மராட்டிய மன்னரின் அலுவலகங்களிலே பயன்படுத்திய 'மோடி' எழுத்துக்களான கையெழுத்துப் பிரதிகளும் உள்ளன. சரபோஜி மன்னர் சேகரித்த நூல்கள் எண்ணற்றவை. குறிப்பிடத்தக்கதாகப் பிரெஞ்சு ஆசிரியர் ஒருவரால் எழுதப்பெற்ற 'சாமுத்திரிகா' நூல் ஒன்றும் உள்ளது. இங்கு தேவநாகரி, நந்திநாகரி, தமிழ், காச்மீரம், ஒரியா ஆகிய பலமொழிகளில் கையெழுத்துச் சுவடிகளும், ஏட்டுச் சுவடிகளும் உள்ளன.

பார்வையற்றவர்களுக்கு என்று ஒரு சிறப்பு எழுத்துமுறை அமைந்திருக்கிறது. அந்த முறைக்குப் பிரைய்லி என்று பெயர். நியூயார்க் பொது நூலகத்தில் இவர்களுக்கு என்று ஒரு தனிப்பிரிவு உண்டு, இங்குப் பிரெய்லி எழுத்தாலான ஆயிரக்கணக்கான நூல்களும், பேசும் பதிவுகளும் உள்ளன. இந்தப்பிரிவு மக்கள் விரும்பும் நூல்களை இலவசமாக அனுப்பி வைக்கிறது. ஹேக் நகரில் உள்ள பதிப்பகம் ஒன்று ஒரு நூலகத்தையும் வார இதழ் ஒன்றையும் நடத்தி வருகின்றது. நூல்கள் வெளியிடுவதையும் அது மேற்கொண்டிருக்கிறது. நூல்களை “பிரெயில்” முறையிலும், நாடாக்களிலும்

வெளியிடுகிறது. இந் நூலகம் தனக்கென நூல்களைச் சேகரிப்பது மட்டுமின்றி மற்றவர்கள் வெளியிட்ட நூல்களையும் 'பிரெயில்' முறையில் பதிப்பிக்கிறது. அங்கு டச்சு, செர்மன், பிரெஞ்சு, ஆங்கிலம், ஸ்பானிசு, எஸ்பரோண்டோ ஆகிய பல மொழிகளில் பிரெயில் முறையில் பதிப்பிக்கப் பெற்ற சுமார் 35,000 நூல்கள் இருக்கின்றன. அங்கு நவீனங்களும், சமய நூல்களும், விஞ்ஞான நூல்களும் உண்டு.

கண்ணிழந்தவர்களுக்கென இயங்கி வரும் இந்த நூலகத்தின் இயக்குநர் ஒரு குருடர். அவருக்குத் துணையாகப் பணி புரியும் பலர் கண்பார்வை அற்றவர்கள். மற்ற நூல்களுக்கு வழங்கும் நிதியுதவி போலவே இந்நூலகத்திற்கும் வழங்கப்படுகிறது.

அதியற்புத நூலகம் ஒன்று அற்புதமாக அமைந்துள்ளது. ஹாலண்டு பெல்பட் யந்திர நுட்பப் பல்கலைக் கழகத்திலுள்ள நூலகத்தில் புது மாதிரியான ஏற்பாடு ஒன்று அமைக்கப்பட்டிருக்கிறது. இந்த நூலகத்தில் தொலைபேசி மூலமே நூலகத்து அலமாரியிலிருந்து நமக்குத் தேவையான நூல்களைப் பெற்றுக் கொள்ள இயலும். மிகவும் சிறப்பான எரிக்ஸ்ஸன் தொலைபேசிகள் இந்த ஏற்பாட்டில் பயன்படுத்தப்பெறுகின்றன. நூலகத்தின் நூலகப் பட்டியல் ஒன்று அந்தத் தெலைபேசிகளுக்கு அண்மையில் இருக்கும் நமக்குத் தேவையான நூலை முதலில் பட்டியலைப் பார்த்து அந்த நூலுக்குரிய எண்களைக் கண்டுபிடிக்க வேண்டும். பிறகு அந்த எண்ணுக்குத் தொலைபேசியில் சுற்றினால் போதும் உடனே நூலகத்தில் சில விளக்குகள் எரியும். விளக்குகள் எப்படி எரியும் தெரியுமா? நாம் விரும்பும் நூல், நூலகத்தின் எந்தப் பகுதியில், எத்தனையாவது

எண்ணுள்ள அலமாரியில் இருக்கிறது. அந்த நூலின் குறியீட்டு எண் ஆகிய முழு விவரங்களையும் ஒருங்கே அறிவிக்கும் வகையில் குறிப்பிட்ட இடங்களில் விளக்குகள் எரியும், பட்டியலில் ஒவ்வொரு நூலுக்கும் ஏழு இலக்கங்கள் கொண்ட எண் வழங்கியிருக்கிறார்கள் அந்த எண்ணில் இறுதி மூன்று இலக்கங்களும் பேழையின் எண்ணையும், பேழையில் அந்த நூல் இருக்குமிடத்தையும் குறிக்கும். உதாரணமாக நூலகத்தில் ஒரு பகுதியில் விளக்கெரிந்து காட்டும் எண்ணில் இறுதி மூன்று இலக்கங்களும் 369 என்றிருக்குமானால் அலுவலருக்கு உடனே மூன்று எண்ணுள்ள நிலைப் பேழையில் 69வது நூல் என்பது தெரிந்து விடும். பின்பு குறிப்பு விளக்குகளின் துணைக் கொண்டு நூல் இருக்கும் இலக்கை அவர் எளிதாய்க் கண்டுபிடித்து விடுவார். பின்னர் அவர் செய்ய வேண்டியதெல்லாம் அந்த நூலை எடுத்து அருகே நகர்ந்து கொண்டிருக்கும் தானாக இயங்கும் "கன்வேயர் பெல்ட்" மேல் வைப்பது ஒன்றுதான். அதன் வழியாக நூல் பல திருப்பங்களைக் கடந்து நூல் வழங்கும் பிரிவுக்குப் போய் சேருகிறது. இந்த ஏற்பாடு செயல்முறைக்கு வந்து விட்டால் டெல்ப் யந்திர நுட்பப் பல்கலைக்கழகத்தின் நூலகம் உலகின் மிகச் சிறந்த அற்புதமான கருவி ஒன்றை முதல் முதலாகப் பயன்படுத்தும் பெருமையைப் பெறும்.

அறிவை ஆக்கப் பணிகளுக்குத் திருப்பி விடும். பல சிறப்புத் துறை நூலகங்கள் உள்ளன. பல்வேறு பெரிய தொழில் நிறுவனங்களில் சிறப்புத்துறை நூலகங்கள் அமைந்திருப்பதைக் காணலாம். அமெரிக்க எஃகு நிறுவனம் இலிலில்லி, ஈஸ்ட்மேன் கொடாக், ஐ.பி.எம் லாக்ஹீட் விமானத் தொழிற்சாலை போன்ற பெரிய தொழில் நிறுவனங்களிலும் நூலகங்கள் உள்ளன.

மருத்துவம் பற்றிய செய்தியை அறிய மருத்துவத்துறை நூலகங்கள் உள்ளன. ஒவ்வொரு பெரிய நிறுவனத்திலும் பெரிய நூலகங்கள் அமைக்கப்படுகின்றன. பல்வேறு ஆராய்ச்சி நிலையங்களிலும் சிறப்புத்துறை நூலகங்கள் அமைந்துள்ளன.

21ம் நூற்றாண்டில் மனிதன் எல்லாத் துறைகளிலும் வெகுவாக முன்னேறியுள்ளான். இன்று நிகழ்வனவற்றை அடுத்தவருக்காக அடுத்த தலைமுறையினருக்காக மனிதன் பேசுகிறான்; எழுதுகிறான்; எழுதியதைப் பாதுகாக்கிறான்; புதியவைகளைச் சிந்திக்கிறான்; மறுபடியும் எழுதுகிறான் இப்படி இயங்கும் மனிதர்களின் கூட்டு முயற்சியில்தான் நூலகங்கள் உருவாகின்றன. கூட்டுறவுத் தத்துவம் நூலகங்களில் அன்றாடம் நடைமுறைப்படுத்தப்படுகிறது. கடமை, கண்ணியம், கட்டுப்பாடு ஆகிய சமுதாய நெறிகளை முறையாகப் பயிற்சி தரும் கல்வி நிலையம் தான் நூலகம். ஒரு நூலகத்தின் கதவு திறக்கப்படும் பொழுது சிறைச்சாலையின் கதவுகள் மூடப்படுகின்றன என்று ஒரு அறிஞர் கூறியுள்ளார்.

20 ஆம் நூற்றாண்டில் நூலகங்கள் மிகவும் சிறப்பான முறையில் செயல்பட்டு வந்தது. அமெரிக்க ஐக்கிய நாட்டு மக்கள் தகவல் வளம் மிக்கவர்கள், தகவல் தொடர்புச் சாதனங்களைத் திறமையாக அதிக பட்சமாகப் பயன்படுத்துவார்கள். நூலக உணர்வு மிக்கவர்கள். சண்டைக்காலத்தில் போரிடுவதற்காகத் தயார் நிலையில் இராணுவத்தை வைத்திருக்கிறது அரசாங்கம். ஆனால் சமாதானத்தைப் பேணிக் காக்கும் இராணுவ மையங்களாக நூலகங்கள் இயங்குகின்றன. நூலகங்கள் சமாதானத்தைப் பாதுகாக்கும் வீரர்கள்.

அவர்களின் ஆயுதம் தகவல்கள். அமெரிக்க ஐக்கிய நாடு 'நூலகங்களின் நாடு' என்று சிறப்புப் பெயர் பெற்றுள்ளது. இன்று அமெரிக்கர்கள் உலகை ஆட்டிப் படைக்கின்றனர். சரக்குகளை உற்பத்தி செய்து விற்பனை செய்து இலாபம் ஈட்ட வேண்டும் என்ற நிலையில் அவர்கள் இல்லை. தகவல் படைப்புகள் விற்பனை மற்றும் பயிற்சி தந்து அவர்கள் தொழில் நடத்தி இலாபம் சம்பாதிக்க முடியும். இந்தியாவில் மக்கள் நெருக்கம், வறுமை ஒழிப்பு, வேலை இல்லாத் திண்டாட்டம் ஆகிய பிரச்சினைகளில் அரசாங்கம் மிகுந்த முனைப்புடன் ஈடுபட்டு வருகிறது. சராசரி குடிமகனுக்கு அடிப்படைத் தேவைகளான உணவு, இருப்பிடம், உடை ஆகியவைகளைத் தரும் கடமை இன்னும் எட்டாக்கனியாக இருந்து வருகிறது. திட்டமிடும் போதும் நிறைவேற்றும் பொழுதும் சரியான புள்ளி விவரங்கள், தகவல்கள் தேவைப்படுகிறன்றன. நூலகங்களின் கடமை சரியான தகவல்களை வழங்குவதுதான். நேரு இந்தியாவின் நவயுகச்சிற்பியாகப் போற்றப்படுகிறார். அறிவியலையும் தொழில் நுட்பத்தையும் நாட்டின் வளர்ச்சிக்கு அவசியம் என்று உணர்ந்து அவைகளின் முன்னேற்றத்திற்கு முன்னுரிமை தந்தார். தேசிய அளவில் இந்த உதுரைகளுக்குகான தகவல் அமைப்பு முறை ஏற்படுத்தப்பட்டது. NIS-SAT என்ற இந்தத் தேசிய தகவல் நிறுவனம் நாடு முழுமைக்கும் தகவல் வலைப்பின்னல் அமைத்துச் சிறப்பாகப் பணியாற்றி வருகிறது. ஆராய்ச்சி மற்றும் மேம்பாடு வளர்ச்சிக்காக நூலகங்கள் நிறுவப்பட்டு குறிப்பிடத்தக்க வகையில் சேவை செய்து வருகின்றன. இங்கு அறிவியல் அறிஞர்களுக்குச் சமமாக நூலகத் தகவல் இயல் பட்டதாரிகள் மதிக்கப்படுகின்றனர். இது

20ஆம் நூற்றாண்டில் இந்திய நூலகர்கள் பெற்றுள்ள முக்கியத்துவத்தைக் குறிக்கிறது.

உயர் கல்வித் துறையில் பல்கலைக்கழக நிதிக் குழுவின் பங்கு பாராட்டத்தக்க விதத்தில் அமைந்துள்ளது. இக்குழுவின் பரிந்துரைப்படி பல்கலைக்கழக மற்றும் கல்லூரி நூலகர்கள் பேராசிரியர்களுக்குச் சமமாக சம்பள விகிதம் பெற்று வருகின்றனர். இதன் நிதி உதவியால் நூலகங்களின் வளர்ச்சி தளர்ச்சி அடையாமல் நல்ல நிலையில் இருந்து வருகிறது. தொடக்கப்பள்ளி, உயர்நிலைப்பள்ளி, மேல்நிலைப்பள்ளிகளில் நூலகம் அமைத்து நூலகர்களை வேலைக்கு அமர்த்த வேண்டும். அப்பொழுதுதான் மாணவர்களின் அறிவுப்பசி தீர்க்கப்படும். 21ம் நூற்றாண்டில் நூலகத்தில் இடப்பிரச்சினை, நூல்கள் வைக்கும் அடுக்கு அலமாரிகள் போன்றவை இருக்காது. படச்சுருள், ஒலி, ஒளி நாடா, நுண் படலம் போன்றவை நூல்களுடன் இடம்பெறும். எதிர் கால நுலகம் “டிஜிட்டல் லைப்ரரி” என்று அழைக்கப்படும் மின்துகளியல் அஞ்சல் என்ற முறையில் செய்திப் பரிமாற்றம் செய்யப்படுவதால் காகிதத்தில் எழுதும் வாய்ப்பு படிப்படியாகக் குறைந்து வரும் 21ம் நூற்றாண்டில் பல விதிகளை மாற்றியமைக்க வேண்டும். ஜெராக்ஸ், எலக்ட்ரானிக் தொழில் நுட்பங்களினால் பதிப்புரிமையை எழுத்தாளர்கள் பறி கொடுத்து வருகிறார்கள். தகவல் சமுதாயத்தை உருவாக்குவது தான் நூலகங்களின் முதல் குறிக்கோள். 21 ம் நூற்றாண்டின் நூலகங்கள் முழுமையான தகவல் மையங்களாகத் திகழும். நூலகர் “தகவல் அறி வியலார்” என்று அழைக்கப்படுவார். வாசகர்கள் நவீன தகவல் சாதனங்களைப் பயன்படுத்துவதில் பயிற்சி பெற்றவர்களாக இருப்பர். வீடுகளில் ஒவ்வொருவரும்

கணிப்பொறி வைத்துக் கொண்டிருப்பார்கள். வாசகர்கள் நூலகத்திற்கு நேரில் வர வேண்டியதில்லை. வீட்டில் இருந்தபடியே நூலகத்தில் உள்ள நூல்களை TV திரையில்/வீடியோ காசட் மூலம் பார்வையிடலாம். கணிப்பொறியின் மூலம் நூலகப் பட்டியலைப் பார்த்து வேண்டிய நூல்களைப் புரட்டலாம். தேவையான விவரங்களை வீட்டிலிருந்தபடியே அச்சுப் பிரதியாகப் பெறலாம். இண்டர்நெட் உலகத்தில் உள்ள தகவல் வலைப் பின்னல்களை இணைக்கும் அகில உலக அமைப்பு இதன் மூலம் ஒருவர் எந்தத் தகவலையும் பெற முடியும். சமுதாயத்தில் மருத்துவர்கள், வழக்கறிஞர்கள், தொழில்நுட்பவியலார் போல் நூலகர்களுக்கும் மதிப்பு உயர்வதற்கு ஒற்றுமையுடன் 21ம் நூற்றாண்டில் நூலகச் சங்கங்களின் மூலம் உழைத்தால் பலன் நிச்சயம் கிடைக்கும். இந்தியா பல மொழி, பல இன மக்கள் கொண்ட பெரிய நாடு, கிராமங்களைக் கொண்ட ஏழை நாடு, முன்னேறிய நாடுகளின் ஆதிக்க உணர்வை போட்டிகளைச் சமாளித்துச் சாதனைகளைப் புரிந்து வரும் நாடு. அரசியல், பொருளாதார, சமூக, சமய மாற்றங்களை உண்டாக்கும் வல்லமை நூலகர்களுக்கும் நூலகங்களுக்கும் உண்டு. நூலகங்கள், சமுதாய நலனுக்காகப் பாடுபடும் செயற்கைக் கோள் யுகத்தில் நாம் நமது நூலகப் பணியை சிறப்பான முறையில் செய்ய வேண்டும். மக்களாட்சி முறையும் உலகச் சமாதானமும் நூலகங்கள் மூலமாகத்தான் காப்பாற்றப்படும். சமத்துவம், சகோதரத்துவம், சுதந்திரம் ஆகிய உரிய இலட்சியங்களை அன்றாட நடைமுறையில் நடத்திக் கொண்டிருப்பவர்கள் நூலகர்கள் ஆவார்கள். நூலகம் பழமையும் புதுமையும் ஒருசேர இயங்கும். அஞ்சலகம் இல்லாத கிராமங்களிலும் நூலகம் இயங்க வேண்டியது

நமது குறிக்கோளாகும்.

சங்ககாலத்தில் நூலகங்களில் புறநானூறு, அகநானூறு, நற்றிணை ஆகிய நூல்களில் நூல் பற்றிய குறிப்புகள் அதிக அளவில் காணப்படுகின்றன. சங்கம் வைத்து தங்கத் தமிழ் வளர்த்த பாண்டிய மன்னர் அரண்மனையில் ஒரு மாபெரும் ஓலைச் சுவடிகள் நூலகம் இருந்ததாகச் சொல்வார்கள். பண்டைப் புலவர் பெருமக்கள் பாடிய பாடல்கள் பனையோலைகளில் எழுதப் பெற்று அவைகள் படியோலைகள் எடுக்கப் பெற்று சங்ககால நூலகத்தில் பாதுகாக்கப் பெற்றுள்ளன.

ஓலைகளில் உறங்கிக் கிடந்த பழந்தமிழ் நூல்கள் எல்லாம் பக்குவமாய் அச்சேறி நூலக அரண்மனை நூலடுக்கு சிம்மாசனத்தில் அமர்ந்து அறிவுப் பசியெடுத்து வருவோருக்கு “அறிவுத்தானம்” செய்து நல்லாட்சி புரிகின்றன. ஓலைச் சுவடிகள் நமது கலைச் செல்வங்கள். அவைகள் அறிவுப் பேழைகள், பண்பாட்டுப் பாலங்கள். சங்க இலக்கியங்களைச் சமுதாய உடைமைகளாக்கி மடங்களிலே மறைந்து கிடந்த தமிழை மக்கள் மடியில் தவழச் செய்த பெருமை தமிழ் தாத்தா உ.வே.சா அவர்களையே சாரும் உ.வே. சா நூலகம் மற்ற நூலகங்களினின்றும் மாறுபட்டது. காரணம் நூல் நிலையம் என்றால் நூல்களைச் சேர்த்து வைத்து தேவையானவர்களுக்குத் தேவையறிந்து பயன்படுத்திக் கொள்ள உதவி மீண்டும் அவற்றைப் பெற்றுப் பாதுகாக்கும் பணியைச் செய்யும் ஒரு நிறுவனம்.

சென்னையில் மத்திய சிறையில் சிறைவாசிகள் படிப்பதற்கு என்று ஒரு நூலகம் அமைக்கப்பட்டுள்ளது.

இந்நூலகம் சென்னை மத்திய சிறை தோன்றிய காலந்தொட்டு இங்கே இயங்கி வருகிறது. மத்திய சிறையில் நடந்து வரும் முதியோர் பள்ளியுடன் இந்த நூலகம் இணைந்து செயல்படுகிறது. முதியோர் பள்ளியை நிருவகித்து வரும் தலைமை ஆசிரியரே இந்நூலகத்தைப் பராமரித்து வருகிறார். இந்த நூலகத்தில் தமிழ், தெலுங்கு, இந்தி, உருது, ஆங்கிலம் உள்ளிட்ட மொழிகளில் புத்தகங்கள் உள்ளன. இங்கு தையல் வேலை, தச்சுத் தொழில், அச்சகம் முதலிய தொழில்களைக் கற்றுக் கொள்ள சிறைவாசிகளுக்குத் தேவையான தொழில் குறித்த நூல்களும் இடம் பெற்றுள்ளன. தொழிற்கல்வித் தேர்வுக்குச் செல்லும் சிறைவாசிகளுக்கு இந்நூல் பெரிதும் துணை செய்கின்றன. மத்திய சிறை நூலகத்தில் 1,111 நூல்கள் உள்ளன. சிறைவாசிகளுக்குப் படிக்கக் கொடுத்தவை 4259 நூல்கள் ஆகும். மத்திய நூலக நூல்களின் எண்ணிக்கை 900 ஆகும். வார, மாத, இதழ்களாக சிறைவாசிகளுக்குக் கொடுக்கப்பட்டவை 4020 முதல் 4866 வரை ஆகும்.

கல்லூரி நூலகம் என்று சொல்லப்படுவது கல்லூரி நிருவாகத்தினரால் தங்கள் கல்லூரியில் பணியாற்றும் ஆசிரியர்கள் மற்றும் அங்கு பயிலும் மாணவர்களின் நலனுக்காகவும், அவர்களது மேம்பாட்டிற்காகவும் நடத்தப்பெறும் நூலகமாகும். நூலகத்தின் உயிர் நாடியே நூல் தொகுதி எனலாம். காரணம் கல்லூரி நூலகம் என்பது அங்கே பயில வரும் மாணவர்கள் கல்வியில் தன்னிறைவு அடையும் வகையிலும், நுண்ணறிவைப் பெற உதவக்கூடிய வகையிலும் அவர்கள் விரும்பும் ஆய்வினை மேற்கொள்ளத் தக்கதாகவும் அதற்குத் துணைபுரிவதாகவும் அங்குள்ள நூலகம் அனைத்து வகையான நூல்களையும்

தன்னகத்தே பெற்று விளங்க வேண்டும். கல்லூரி நூலகம் என்பது பழமைக்கும் புதுமைக்கும் பாலமாக அமைய வேண்டும். மாணவர்களுக்குப் போதிப்பதற்குத் தேவையான அனைத்துப் பாடநூல்களையும் கல்லூரி தொடங்குவதற்கு முன்னரே வாங்கி வைக்கப்பட்டதன் வழி ஆசிரியர்கள் எவ்விதத் தாமதமும் இன்றி வகுப்புகளை நடத்தி தேர்வுக்கு முன்னர் பாடங்களை முடிக்க இயலும். கல்லூரி நூலகத்தில் மாணவர்கள் பொது அறிவினை வளர்த்துக் கொள்வதற்கு ஏற்ற பலதுறை நூல்களைக் கல்லூரி நூலகத்தில் இடம் பெறுமாறு பார்த்துக் கொள்ள வேண்டும். எல்லா வகையான நூல்களும் மாணவர்களிடம் சிறந்த பண்புகளை உருவாக்குவனவாக இருக்க வேண்டும். பருவ வெளியீடுகள் அன்றாடச் செய்தி இதழ்கள் இடம் பெற வேண்டும். பத்திரிக்கைத் துணுக்குகள் துண்டு அறிக்கைகள், படங்கள், படக்காட்சி சுருள்கள், சிறந்த கல்வி சம்பந்தமான திரைப்படச் சுருளங்கள், காட்சி வில்லைகள், ஒலிப்பதிவு தட்டுகள், நாடாக்கள், இசைத்தட்டுகள், உலக உருண்டை, வான் கோள்கள் குறித்த வடிவப் பொருள்கள் செவிக் கட்புலச் சாதனங்கள் போன்றவைகளை முறையாகத் தேர்ந்தெடுத்து கல்லூரி நூலகத்தில் மாணவர்களின் தேவைக்காக வைக்கப்படுதல் வேண்டும். இதற்கு நூல்களையும், கல்விச் சாதனங்களையும் வாங்குங்கால் ஆசிரியர்கள் மற்றும் மாணவர்களின் ஆலோசனை மற்றும் கருத்துக்களைக் கேட்டறிதல் மிகுந்த பயன் விளைவிக்கும். இவ்வாறெல்லாம் சேகரித்த நூல்களைத் தரவாரியாகவும், பொருள்வாரியாகவும் பிரித்து, மாணவர்களின் பயன்பாட்டிற்கு உகந்த வகையில் அவைகளைத் திறந்த நூலடுக்குகளில் அடுக்கி வைக்க

வேண்டும். நூலகத்திலேயே படிக்க வேண்டிய நூல்கள், வீட்டிற்கு எடுத்துச் சென்று படிக்க வேண்டிய நூல்கள், அவற்றைப் பயன்படுத்தும் காலவரையறை, நூலகத்தைப் பயன்படுத்தும் வழிமுறைகள், நூலகம் செயல்படும் நேரம், விடுமுறை ஆகியன குறித்துத் தெளிவான வரைமுறைகளை வகுத்துக் கொள்ள வேண்டும். நூலகம் என்பது சாதி, மத, இன வேறுபாடு இன்றி எல்லோருக்கும் எல்லா நேரத்திலும் பயன்படத்தக்க ஒன்று என்பதை எவரும் மறுத்தல் கூடாது. அரசு தருகிற உதவித்தொகை, ஆட்சியாளர் வழங்கும் நிதி ஆகியவற்றில் ஒரு கணிசமான பகுதியை நூல்கள் வாங்கச் செலவிடலாம். நூலக நிதி நிலைமை சரியாக இருந்தால்தான் நூலகம் உயிரோட்டம் உடையதாகவும் வளரும் இயல்பினதாகவும் இருக்கும். நூலக நிதி நிலைமையைச் சீராக வைத்ததற்கு மாணவர்களிடமிருந்து பெறப்படும் நூலகக் கட்டணம், அவர்களிடமிருந்து பெறப்படும் அபராதத் தொகை, அரசினரின் உதவித்தொகை, சிறப்பு உதவித் தொகை கல்லூரி ஆட்சியாளர்கள் அளிக்கும் நிதி, பழைய மாணவர்கள், புதிய மாணவர்கள் அவர்தம் பெற்றோர், வள்ளல், மனம் படைத்தோர் ஆகியோரிடமிருந்து நன்கொடைகள் பெறலாம். நூலகத்தைப் பயன்படுத்தத் தொடங்கிய அம்மாணவர்கள் நூலக உணர்வு உடையவர்களாக விளங்க வேண்டும். இன்றைய அறிவியல் வளர்ச்சியைக் கருத்தில் கொள்ள வேண்டும். கல்வி வளர்ச்சியைக் கருத்தில் கொண்டும் கல்லூரி நூலகத்தை ஆய்வுக் கூடமாகவும், செயல்முறைச்சாலையாகவும் மாற்றிட வேண்டும். கல்லூரியில் நூலகம் படிக்கும் அறை, பருவ இதழ்கள், செய்தி இதழ்கள் ஆகியவற்றுக்கான அறைகள், ஆராய்ச்சி மாணவர்களுக்கான அறை,

விவாத அரங்குகள் கணினி அறை போன்றவைகளுடன் திகழ வேண்டும். கல்லூரி நூலகம் அனைவரது கண்ணையும் கருத்தையும் கவரத்தக்க வகையில் மிக்க அழகுடனும், பொலிவுடனும் அமைதிச் சூழ்நிலையில் அனைத்து வசதிகளுடன் திகழ வேண்டும். மாணவர்கள் விரும்பிய நூல்களை விரும்பியவாறு எடுத்து விரும்பிய நேரத்தில் படிக்கும் வகையில் விளங்க வேண்டும். கல்லூரியில் சேர்ந்த மாணவர்களுக்கு நூலுணர்வை நூலகர் ஊட்ட வேண்டும். நூலகத்தில் உள்ள அரியதும் பெரியதுமான நூல்களை எல்லாம் அகழ்ந்து. ஆராய்ந்து, ஆழ்ந்த அறிவினைப் பெறுவதுடன் எதிர்காலத்தில் கல்வியில் சிறந்தவர்களாக கட்டுரை வண்மை உடையவர்களாக சிறந்த பண்பாளர்களாக மிளிர்ந்து தாம் பெற்ற அறிவைப் பயன்படுத்தி தானும் உயர்ந்து நாட்டையும் உயர்த்துவார்கள் மாணவர்கள். பள்ளிகளிலும் நூலகம் அமைத்து மாணவர்களின் அறிவைப் பெருக்கினர். பள்ளி நூலகம் என்பது பள்ளியிலுள்ள அனைத்து மாணவர்களும் தேவையான போது பயன்படுத்துவதற்குரிய சிறந்த நூல்களையும் சாதனங்களையும் சேகரித்து வைக்கும் ஒரு தலைமை நிலையம் ஆகும். மாணவர்கள் பாட நூல் அறிவோடு உலகியல் அறிவை அவர்கள் பெறவும் நன்மை தீமைகளைப் புரிந்து கொள்ளவும் பயன்படுத்துவதே பள்ளி நூலகம் ஆகும். இன்றையக் கல்வித்திட்டத்தில் பள்ளி மாணவர்கள் பல பாட நூல்களைப் படிப்பதுடன் வேறு பல நூல்களையும் படித்து ஏராளமான செய்திகளைத் தெரிந்து கொள்ள வேண்டியுள்ளது. இன்றைய இளைய தலைமுறையினரான மாணவர்கள் உலகில் நடைபெறும் புதிய செய்திகளை அறிந்து கொள்ளவும் நாளும் வளர்ந்து வரும் அறிவியல்

சம்பந்தமான செய்திகளை அறியவும், நாட்டு நடப்புகளையும், உலக நடப்புகளையும் தெரிந்து கொள்ளவும் பள்ளி நூலகம் மாணவர்களுக்குப் பயன்படும். தற்காலக் கல்விமுறை மாணவர்கள் விரும்பிய துறைகளைத் தாங்களே தேர்ந்தெடுக்கும் முறையிலும், தேர்ந்தெடுத்த துறைகளில் சிறந்த முறையில் செயல்படவும், எதையும் ஆதாரத்துடன் சிந்தித்து செயல்படுத்தும் வகையிலும் அமைந்துள்ளது. இக்கல்வி முறை சிறந்த பயன் தர வேண்டுமெனில் மாணவர் உலகிற்குப் பரந்த அறிவும் சிறந்த படிப்பும் தேவை. இதை அவர்களுக்குத் தருவது பள்ளி நூலகமே ஆகும். இன்றைய மாணவர்களே நாளை இந்நாட்டு குடிமக்கள், நாளைய குடிமக்கள், நல்லவர்களாகவும், சிறந்தவர்களாகவும், பணியாளர்களாகவும் திகழ வேண்டும். அத்தகைய ஆற்றல்களை அவர்களுக்கு அளிக்கவல்லது பள்ளி நூலகமே. நூலகம் இல்லாத பள்ளிகள் கால் இல்லாத முடவனைப் போன்றது. மேலும் அது நாட்டிற்கு ஒரு அவமானச் சின்னமும் ஆகும். பள்ளிகளில் நூலகம் அமைப்பதால் மாணவர்களின் அறிவு பெருகும்; நல்ல மாணவர்களாகத் திகழுவார்கள். மாணவர்கள் ஓய்வு நேரத்தை வீணாக்காமல் பயனுள்ள முறையில் கழிக்க நூலகத்தைப் பயன்படுத்துவர். நூலகம் மூலம் மாணவர்களிடையே படிக்கும் பழக்கம் ஏற்படும். நூல்கள் மற்றும் நூலகத்தைப் பயன்படுத்தும் திறனை மாணவர்களிடையே வளர்க்க வேண்டும். பயிற்சி வழிப் படிக்கும் ஆற்றலை வளர்த்தல், நல்ல நூற்களைப் பாராட்டும் திறமையை வளர்த்தல். தாம் படித்த நூல்களின் செய்திகளை சுருக்கி எழுதவும் உரைக்கவும் அத்தகவல்கள் அடிப்படையில் பொதுவான கொள்கைகளை வகுத்து முடிவுகளை

மேற்கொள்ளலாம். தாம் படித்தறிந்த தகவல்களின் அடிப்படையில் சிக்கல்களைத் தீர்க்கவும், சிந்திக்கவும் வசதிகளை ஏற்படுத்துதல், பெரியோரிடம் பணிவு, பொது சொத்துக்களை மதித்து நடத்துதல், பொறுப்புணர்வுடன் நடப்பது ஆகிய பண்புகளை வளர்த்து சிறந்த குடிமக்களாக்குவதாகும். பள்ளி நூலகத்தைக் கவனிக்க நூலகவியல் சான்றிதழ் பெற்ற ஒருவரை நியமனம் செய்யலாம். பள்ளி நூலகத்தையும், நூல்களையும் பயன்படுத்தும் விதத்தை மாணவர்களுக்கு அறிவுறுத்த வேண்டும். பொதுக் கல்வியும் அடிப்படை நூலகவியல் கல்வியும் பெற்ற தொழில் வல்லுநர் ஒருவரால் தான் மாணவர் ஆசிரியர் இருவரோடு இணைத்தும் நெருங்கியும் ஒருங்கிணைந்தும் பணியாற்ற இயலும். பள்ளிக் கல்வியின் தரம் குறைந்து விட்டது என்று கருதும் இக்காலக்கட்டத்தில், அதை நிவர்த்தி செய்யும் வகையில் மாணவர்களிடையே நூலக விழிப்புணர்வை ஏற்படுத்திட அவர்களிடையே படிக்கும் பழக்கத்தை ஏற்படுத்திட முழுமையான முயற்சிகள் மேற்கொள்ளப்பட வேண்டும். இக்காலத்தில் பள்ளி, கல்லூரி இவைகளில் நூலகம் அமைத்து மாணவர்களின் அறிவைப் பெருக்க வேண்டும். அதைப்போல் பல அடுக்கு மாடி வீடுகள் கட்டும்பொழுது நூலக அறை எனத் தனியே வைத்துக் கட்டுகிறார்கள் அங்கு குடியிருப்போர் அங்குள்ள நூலகத்தில் சென்று படித்து தன் அறிவைப் பெருக்கலாம். இதன் மூலம் வீடும், நாடும், சமுதாயமும் வளர்ச்சியடையும்.

7. இணையத்தின் வளர்ச்சி

ஒரு நாட்டினுடைய முன்னேற்றம் என்பது அறிவு வளர்ச்சியிலேயும், ஆற்றல் வளர்ச்சியிலேயும், உழைப்பிலேயும் இருக்கிறது. சமுதாய வளர்ச்சிக்கு அடிப்படையாக இருப்பது ஒரு மனிதனுடைய அறிவு வளர்ச்சி ஆகும். இத்தகைய அறிவு வளர்ச்சியை பெருக்கிக் கொள்ள மனிதன் தன் வாழ்க்கையில் முதலில் அஞ்சல் வழித் தகவல் தொடர்பை ஏற்டுத்தினான். பின்பு அதிவேகமான தந்திமுறையைக் கண்டறிந்தான். உடனே தகவல் பரிமாற்றம் தேவை என எண்ணும் போது தொலைபேசியைக் கண்டறிந்தான். இன்றைக்கு நாம் எவ்வளவுதான் குறைபட்டுக் கொண்டாலும் தொலைபேசியின் கண்டுபிடிப்பு மனித வாழ்க்கையின் ஒரு திருப்புமுனையாய் அமைந்திருப்பதை மறக்க முடியாது. தொலைபேசியின் மூலம் உலகின் எந்த மூலையில் உள்ளவரிடமும் உடனடியாகத் தொடர்பு கொண்டு தகவல் பரிமாறிக் கொள்ளும் வசதியும் வாய்ப்பும் நமக்குக் கிடைத்துள்ளது. சொந்தமாகத் தொலைபேசி இல்லாதவர்கள் பொதுத் தொலைபேசி

மையங்களில் இவ்வசதியைப் பெற முடியும். தொலைபேசி இணைப்பு மூலமாகவே ஒரு புகைப்படத்தையோ அச்சிடப்பட்ட ஓர் ஆவணத்தையோ தொலைநகல் (FAX) மூலம் அனுப்பி வைக்க முடியும். இன்றைக்கு எங்கும் பேசப்படுகின்ற இண்டர்நெட் எனப்படும் இணையத்தின் வளர்ச்சிக்கு உலகனைத்தையும் இணைக்கும் வகையில் ஏற்கனவே நிலைபெற்றிருந்த தொலைத்தகவல் தொடர்பு கட்டமைப்பு ஆதாரமாய் அமைந்தது. உலகெங்கிலும் தகவல் தொடர்புப் புரட்சி நடைபெற்றுக் கொண்டிருந்த காலக் கட்டத்தில் கணிப்பொறி அறிவியலும் கண வேகத்தில் வளர்ச்சி பெற்றது. அதிவேகமாகச் செயல்படுவது துல்லியமாகச் செயல்படுவது, ஏராளமான தகவல்களைச் சேமித்து வைக்கும் திறனுள்ளது ஆகிய நற்பண்புகளைக் கொண்டது. கணிப்பொறி, தகவல் சேமிப்பு என்கிற பண்பானது மனிதனுக்குப் பல வகையிலும் கை கொடுக்கிறது. நாற்பது பாகங்கள் கொண்ட ஒரு மாபெரும் கலைக் களஞ்சியத்தை ஒரு கையலக வட்டில் சேமித்து வைக்கமுடியகிறது. அதே போல் ஓர் அலுவலகத்தின் மிகப்பெரிய நிறுவனத்தின் அனைத்து விவரங்களையும் ஒரு கணிப்பொறியில் சேமித்து வைக்க முடியும். தொலை தூரத்தில் உள்ள கணிப்பொறியை தலைமை அலுவலகக் கணிப்பொறியுடன் இணைப்பது எப்படி? தொலை தொடர்புத் துறையின் தகவல் கட்டமைப்பு உதவிக்கு வருகிறது. ஒரு நகரத்துக்குள்ளும், நகரங்களுக்கிடையேயும் ஏற்கனவே தொலைபேசி தொடர்புக்காக கேபிள்கள் தரையில் பதிக்கப்பட்டுள்ளன. நுண்ணலை அலை பரப்பிகளும் அலை வாங்கிகளும் உள்ளன. செயற்கைக்கோள் இணைப்பும் உள்ளது.

கணிப்பொறிகளை இணைக்க இவற்றைப் பயன்படுத்திக் கொள்ள முடியும்.

ஓர் அலுவலகத்துக்குள் இருக்கும் கணிப்பொறி கட்டமைப்பு குறும் பரப்புப் பிணையம் என்றும், ஒரு நகரில் இயங்கும் கட்டமைப்பு மாநகர் பிணையம் என்றும் பல்வேறு நகரங்களில் செயல்படும் கணிப்பொறிகளை இணைக்கும் கட்டமைப்பினை விரிபரப்புப் பிணையம் என்றும் அழைக்கிறோம். இத்தகைய கணிப்பொறிப் பிணையங்களை அமைப்பதற்கு அவற்றுக்கே உரிய தனிச்சிறப்பான சாதனங்களும், மென் பொருள் தொகுப்புகளும் தேவை. இத்தகைய பிணையங்களில் ஒரேயொரு மையக் கணிப்பொறியிலிருந்து பிற கணிப்பொறிகள் தகவல்களைக் கேட்டுப் பெற முடியும். கணிப்பொறிகள் தம்மிடம் உள்ள தகவலை தமக்குள்ளே பகிர்ந்து கொள்ள முடியும்.

ஒரு நிறுவனத்தின் பங்குதாரரோ வாடிக்கையாளரோ அந்நிறுவனக் கம்ப்யூட்டரில் சேமித்து வைக்கப்பட்டுள்ள தகவல்களில் தமக்குத் தேவையான விவரத்தை தம் வீட்டுக் கணிப்பொறியில் பெற முடியுமா? அவ்வாறு பெற வேண்டுமெனில் அனைத்து வாடிக்கையாளரின் கணிப்பொறிகளையும் நிறுவனப் பிணையத்தில் இணைக்க முடியுமா? அதற்கென தனிப்பட்ட சாதனங்களையும், கேபிள் இணைப்புகளையும் நிறுவ வேண்டும். இதற்குத் தொலைபேசித் தகவல் கட்டமைப்பு நமக்குக் கை கொடுக்கிறது. நம் வீட்டிலுள்ள தொலைபேசி இணைப்பு இது போன்ற தருணங்களில் நமக்கு உதவுகின்றது. வீட்டுத் தொலைபேசியிலிருந்து அலுவலகத் தொலைபேசி எண்ணைச் சுற்றுங்கள்.

இணைப்புக் கிடைத்தவுடன் உங்கள் தொலைபேசி இணைப்பில் உங்கள் கணிப்பொறியைப் பிணைத்துக் கொள்ளுங்கள். நிறுவனத் தொலைபேசியுடன் நிறுவனக் கணிப்பொறி ஏற்கனவே பிணைக்கப்பட்டுள்ளது எனில் கணிப்பொறிகளுக்கிடையே தகவல் பரிமாற்றம் சாத்தியமாகிறது. தொலை நகல் (FAX) இப்படித்தான் செயல்படுகிறது. நாம் பேசுவதை தொலைபேசி இணைப்பு வழியே அனுப்ப முடியும். நமது பேச்சு உலமச்சமிக்கைகளாய் தொலைபேசி நிலையத்தைச் சென்றடைகிறது. அங்கே துடிமச் சமிக்கைகளாய் மாற்றப்பட்டு அடுத்த முனைக்கு அனுப்பப்படுகிறது. அடுத்த முனை தொலைபேசிக்கு மீண்டும் உவமச் சமிக்கைகளே அனுப்பி வைக்கப்படுகின்றன. ஆனால் கணிப்பொறித் தகவல்கள் அனைத்தும் துடிமச் சமிக்கைகள் ஆகும். கணிப்பொறியில் உள்ள தகவலை தொலைபேசிக் கம்பிகள் வழியே அனுப்புவதற்கேற்ற தகவலாய் மாற்றியமைக்கும் வேலையை மோடம் என்னும் கருவி செய்கிறது. அதே போல் மறுமுனையிலிருந்து வரும் உவமச் சமிக்கைகளை துடிமச் சமிக்கைகளாய் மாற்றி கணிப்பொறிக்குத் தரும் பணியையும் மோடம் தான் செய்கிறது. உங்கள் நிறுவனக் கணிப்பொறியுடன் ஒரு மோடமும் தொலைபேசியும், அதே போல் உங்கள் வீட்டுக் கணிப்பொறியுடன் ஒரு மோடமும் தொலைபேசியும், இணைக்கப்பட்டிருப்பின் ஏற்கனவே இருக்கும் தொலை தொடர்புக் கட்டமைப்பின் மூலமாகவே தொடர்பை ஏற்படுத்திக்கொண்டு தகவலை அனுப்பவோ பெறவோ முடியும். இணையத்தில் கொட்டிக்கிடக்கும் தகவல் களஞ் சியத்தை அள்ளிப் பெருகும் சாத்தியமும், கணிப்பொறி

+ மோடம் + தொலைபேசி ஆகியவற்றில் இணைப்பு மூலமே வசப்பட்டுள்ளது. ஒரு நிறுவனத்திற்குரிய கணிப்பொறிகளை இணைக்கும் கட்டமைப்பினை பிணையம் என்கிறோம். அதே போல் இரண்டு நிறுவனங்களின் இரு வேறு பிணையங்களை தகவல் தொடர்பு ஊடகங்கள் மூலம் ஒருங்கிணைக்கலாம். தொடக்கக் காலங்களில் கணிப்பொறிகள் அறிவியல் ஆய்வுக்கூடங்களிலும், பல்கலைக் கழகங்களிலும், அரசுத் துறையினரிடமும் மட்டுமே இருந்தன. ஒரு நாட்டில் இயங்கி வரும் ஆய்வுக்கூடங்கள் தமக்குள்ளே பிணைப்பை ஏற்படுத்திக் கொள்ள விழைந்தன. அவர்கள் தம் கணிப்பொறிப் பிணையங்களை ஒருங்கிணைத்தனர். அதேபோல பல்கலைக்கழகங்கள் தமக்குள்ளே இணைப்புகளை ஏற்படுத்திக் கொண்டன. மிகப்பெறும் நூலகங்களின் கணிப்பொறிகளைப் பல்கலைக்கழகங்கள் தன் பிணையத்தில் இணைத்துக் கொள்ள விரும்பின. பல்கலைக்கழகங்களும் அறிவியல் ஆய்வுக்கூடங்களும் தத்தம் பணி மேம்பாட்டுக்காகக் கணிப்பொறிப் பிணையங்களை ஒருங்கிணைக்கத் தலைப்பட்டனர்.

பல தனியார் நிறுவனங்கள் உலகம் முழுவதிலும் வாடிக்கையாளர்களைக் கொண்டுள்ள மிகப்பெரும் பன்னாட்டு நிறுவனங்கள் தங்கள் நிறுவனத் தகவல்களை பொது மக்களுடன் குறிப்பாக தங்கள் வாடிக்கையாளர்களுடன் பகிர்ந்து கொள்ளத் தயாராக இருந்தன. எனவே அவர்களும் தங்கள் நிறுவனக் கணிப்பொறிப் பிணையங்களை ஏற்கனவே இருந்த மீப்பெரும் பிணையத்தில் இணைத்துக் கொண்டனர். ஒவ்வொரு நாட்டிலும் இணையத்தில் பிணைத்துக்

கொள்ள விரும்பும் நிறுவனங்களின் கணிப்பொறிகள் முதலில் ஒரு நடுநாயகப் பிணையக் கட்டமைப்பில் இணைக்கப்படுகின்றன. ஒரு நாட்டில் இத்தகைய சமுதாயம் பிணையங்கள் ஒன்று இருக்கலாம். ஒன்றுக்கு மேற்பட்டும் இருக்கலாம். இந்தியாவில் இப்போதைக்கு ஒரேயொரு நடுநாயகப் பிணையம் மட்டுமே உள்ளன. அமெரிக்காவில் ஆறு மிகப்பெரும் நடுநாயகப் பிணையங்கள் உள்ளன. ஒன்றுக்கு மேற்பட்ட பிணையங்கள் இருப்பின் அவை ஒரு மையப்படுத்தப்பட்ட இணைப்பகத்தில் இணைக்கப்பட வேண்டும். இந்த இணைப்பகம் இதே போன்று இன்னொரு நாட்டிலுள்ள இணைப்பகத்துடன் பிணைக்கப்படும். இரண்டு இணைப்பகங்களுக்கிடையேயான தகவல் ஊடகம் தரையடிக் கேபிளாகவோ, கடலடிக் கேபிளாகவோ, செயற்கைக் கோள் தகவல் தொடர்பாகவோ இருக்கலாம். இவ்வாறு உலகம் முழுவதிலுமுள்ள நடுநாயகப் பிணை யங்கள் ஒருங்கிணைக்கப்பட்டுகின்றன. ஒவ்வொரு நாட்டிலும் அரசின் அனுமதி பெற்ற இணையச் சேவை நிறுவனங்கள் இயங்கி வருகின்றன. இவை கணிப்பொறிப் பிணையத் தகவல் தொடர்புச் சாதனங்களை நிறுவ இணையத்துடன் இணைப்பை ஏற்படுத்தித் தரும் ஒரு நுழைவாயிலை பொதுமக்கள் வழங்குகின்றன. பொதுமக்களுக்கு இத்தகைய இணையச் சேவையாளர்களிடம் கட்டணம் செலுத்தி இணையத்தில் உலாவரும் உரிமையைப் பெறுகின்றனர். நாம் முன்னே அறிந்த படி அதற்கு உரிமம் பெற்றவர் தன் வீட்டிலுள்ள கணிப்பொறி+தொலைபேசி+மோடம் மூலம் இணையச் சேவையாளரின் கணிப்பொறியுடன் இணைப்பை ஏற்படுத்திக் கொள்கிறார். பிறகு குறிப்பிட்ட

முகவரியைத் தந்து உலகின் எந்த மூலையிலுள்ள கணிப்பொறியுடனும் தொடர்பு கொள்கிறார். அதிலுள்ள தகவலைப் பெறுகிறார்.

1960ம் ஆண்டிலிருந்து கணிப்பொறியின் பயன்பாடுகள் விரிவடைந்தன. ராணுவத்துறையில் கணிப்பொறியின் தேவை உணரப்பட்டது. ராணுவப்பாதுகாப்புத் துறையில் தகவல் தொடர்புக் கணிப்பொறியைப் பயன்படுத்தும் முயற்சிகள் மேற்கொள்ளப்பட்டன. விண்வெளி ஆய்வில் ஈடுபட்டிருந்த ஆர்ப்பாவிடம் அமெரிக்க ராணுவத்துறையில் கணிப்பொறியின் பயன்பாட்டை மேம்படுத்தும் பணி ஒப்படைக்கப்பட்டது. 1962ல் டாக்டர் ஜே. சி. ஆர். லிக்லைடா தலைமையில் இப்பணி தொடங்கியது. கணிப்பொறி பிணையங்கள் மற்றும் கணிப்பொறி வழியான தகவல் பரிமாற்றம் ஆகியவற்றில் “ஆர்ப்பா” கவனம் செலுத்தத் தொடங்கியது. ஒரு புது வகையான நெட்வொர்க்கை நிறுவ ஆர்ப்பா திட்டம் தீட்டியது. எதிரி நாட்டுடன் போர் மூண்டு, எதிரிகளின் குண்டு வீச்சில் நெட்வொர்க்கின் ஒரு பகுதி சிதைந்து போனாலும் மீதிப்பகுதி எவ்விதச் சிக்கலுமின்றி செயல்பட வேண்டும். இது போன்ற ஒரு நெட்வொர்க்கை வடிவமைக்கும் முயற்சியில் அமெரிக்காவின் ரேண்டு நிறுவனம் ஈடுபட்டிருந்தது.

மிகவும் சக்தி வாய்ந்த கணிப்பொறிகளையும் நெட்வொர்க்குகளையும் அமைத்துச் செயல்பட்டு வந்த சமூகக் குழுக்கள் தத்தம் நெட்வொர்க்குகளை ஆர்ப்பா நெட்டுடன் இணைத்துக் கொண்டன. இதன் காரணமாக ஆர்ப்பா நெட்டின் ராணுவத் தன்மை குறையத் தொடங்கியது. 1983ல் ஆர்ப்பா நெட்டிலிருந்து

ராணுவப் பிரிவு மில்நெட் என்ற பெயரில் தனியாகப் பிரிந்து சென்றது. அறிவியல் ஆய்வுக்கென அமெரிக்க அரசின் 'நேஷனல் சயின்ஸ் ஃபவுண்டேஷன் என் எஸ் எஃப்நெட் என்னும் நெட்வொர்க்கை நிறுவியது. இதில் திறன் மிக்க ஐந்து சூப்பர் கம்ப்யூட்டர்கள் இணைக்கப்பட்டிருந்தன. அதுவரையில் சூப்பர் கம்ப்யூட்டர்கள் ராணுவத்துறையிலும் அறிவியல் ஆய்வுக்கூடங்களிலும் மட்டுமே பயன்பட்டு வந்தன. என் எஸ் எஃப் நிறுவிய சூப்பர் கம்ப்யூட்டர் மையங்களின் மூலாதாரங்களை எந்தவொரு ஆய்வுக்கூடமும், கல்வி நிலையமும் பெருமளவில் பயன்படுத்திக் கொள்ள வாய்ப்பு ஏற்பட்டது. உலகெங்கிலும் இருந்து வெப்செர்வர்கள் ஒருங்கிணைக்கப்பட்டு லைப் விரிவலை உருவாக்கப்பட்டது. வேர்ல்டு வைடு வெப் சுருக்கமாக வெப் என்றே அழைக்கப்படுகிறது. ஹைப்பர் மீடியா ஆவணங்கள் “வெப்” பக்கங்கள் எனப் பெயர் பெற்றன. வேர்ல்டு வைடு வெப் என்னும் மிகப் பரந்த நெட்வெர்க் 1992ல் இணையத்தின் ஓர் அங்கமாக இணைக்கப்பட்டது.

இணையம் என்பது பல்லாயிரக்கணக்கான பிணையங்களின் ஒருங்கிணைப்பாகும். அப்படியெனில் இணையத்தில் சேமித்து வைக்கப்பட்டுள்ள தகவல் கொள்ளளவு அதிகமாக இருக்கும். மனித சமுதாயம் இதுவரை சேமித்து வைத்த அறிவுக் களஞ்சியம் முழுக்க இணையத்தில் கிடைக்கிறது. நாம் அன்றாடம் படிக்கின்ற பல நாளிதழ்கள் இணையத்தில் உள்ளன. முதல் நாள் இரவு 12 மணிக்குப் புதுப்பிக்கப்படும் செய்தி இதழ்கள் இணையத்தில் வெளியிடப்படுகின்றன. இணையத்தில் வெளிவரும் பத்திரிக்கைகளை இரண்டு

வகையாகப் பிரிக்கலாம். 1) ஏற்கனவே அச்சில் வெளியிடப்படுகின்ற. பத்திரிக்கைகளின் நகல்கள் 2) இணையத்தில் மட்டுமே வெளியிடப்படுகின்ற இதழ்கள். இணையத்தில் வெளியிடப்படும் இதழ்கள் “மின்னிதழ்” என்று அழைக்கப்படுகின்றன. இணையத்தின் மூலம் கல்வி நிலைகளிலும் அதிக அளவு வளர்ச்சி அடைந்துள்ளது. வீட்டில் இருந்துக் கொண்டே இணையம் மூலம் எல்லாச் செய்திகளையும் பெறலாம். வீட்டில் கணிப்பொறி, தொலைபேசி, இணக்கி, இணையச் சேவையாளிடம் உரிமம், தகவல் தொடர்பு மென்பொருள், இணைய உலாவி இந்த ஆறும் இருந்தால்தான் நாம் வீட்டிலிருந்து கொண்டே பேச முடியும். கணிப்பொறியில் இணைக்கப்பட்ட தொலைபேசி மோடம் வழியாக இணையத்துடன் இணைத்துக்கொள்ளும் டயல் அப் இணைப்பு முறையாகும். இணைய உலாவுக்கு இரண்டு உலாவிகள் பெருமளவில் பயன்படுத்தப்படுகின்றன. இண்டர்நெட் எக்ஸ்புளோரா, நெட்ஸ்கேப், நேவிகேட்டர் ஆகும். இணையத்தில் இணைப்பை ஏற்படுத்திக் கொண்ட பிறகு விருப்பமான உலாவியை அழைத்துக் கொள்ளலாம். இணைய இணைப்பைப் பொறுத்தவரை, தொலைபேசித் தடம் வழியாகத்தான் இணையச் சேவையாளரின் செர்வர் கணிப்பொறியுடன் தொடர்பு கொள்கிறோம். எனவே நெட்வொர்க் கார்டு மூலமாக நாம் தொடர்பு கொள்வதில்லை. டயல் அப் அடாப்டர் என்னும் மென்பொருள் கருவி இதற்குப் போதும்.

மோடத்தைப் பயன்படுத்தும் போது மோடத்தை சிஸ்டம் பாக்ஸில் போர்டில் இணைத்து விட்டு அதற்குரிய டிரைவர் ஃபைல்களை நிறுவ வேண்டும்.

My Computer - Control Panel தேர்வு செய்து அதில் Modems என்னும் ஐக்கானை கிளிக் செய்து இயக்குங்கள். இணையத்தின் பயன்பாடு பல் முனைப்பட்டது. இணையத்தில் கிடைக்கும் சேவைகள் பலதரப்பட்டவை. தகவல் தேடல் அவற்றுள் முதன்மையானது. இணையத்தில் ஓர் அரசுத்துறை, ஓர் அறிவியல் ஆய்வுக்கூடம், ஒரு பல்கலைக்கழகம், ஒரு பத்திரிக்கை அலுவலகம், ஒரு பொது நூலகம், ஒரு புத்தக வெளியீட்டு நிலையம், ஒரு தனியார் நிறுவனம் இவை அனைத்தும் தம்மிடமுள்ள தகவல்களைக் கணிப்பொறியில் சேமித்து வைத்திருக்கின்றன. இணையத்தில் இருக்கும் தகவல்களை நாம் பெறுவதற்கு மூன்று வழிகள் இருக்கின்றன. 1. இணையத்தள முகவரி மூலம் 2. தேடு பொறி வாயிலாக 3. குறிப்பிட்ட சொல் தொடர் மூலமாக இவற்றின் மூலம் அனைத்துத் தகவல்களையும் பெறலாம். மின்னஞ்சல் மூலம் தகவல்களைப் பரிமாற்றம் செய்யலாம். இரண்டு கணிப்பொறிகளுக்கிடையே நடைபெறும் கடிதப் போக்குவரத்தையே மின்னஞ்சல் என்று அழைக்கிறோம். மின்னஞ்சல் மூலம் உலகத்தின் எந்த மூலையில் இருந்தாலும் ஒரு சில வினாடிகளில் கடிதம் போய்ச் சேர்ந்து விடும். கடிதம் போய்ச் சேர்ந்து விடும். கடிதம் போய்ச் சேர்ந்ததா என்பதையும் உடனடியாகத் தெரிந்து கொள்ளலாம். மின்னஞ்சலில் இரண்டு பேருக்கிடையே கடிதப் போக்குவரத்து நடைபெற முக்கிய தேவை மின்னஞ்சல் முகவரி. ஓர் இணையச் சேவை இணைப்பைப் பெறும் போது இந்த முகவரி கிடைத்து விடும். கடிதங்களைப் பார்ப்பதற்கு இணைய இணைப்பைப் பயன்படுத்தலாம்.

மின்னஞ்சல்களை அனுப்ப பல்வேறு வழி முறைகள்

உள்ளன. இணையச் சேவையாளரிடமிருந்து பெறும் மின்னஞ்சல் முகவரி மூலம் செயல்முறை, இலவச மின்னஞ்சல் சேவையைப் பயன்படுத்திக் கொள்வது. இணையச் சேவையாளரிடம் கணக்கு வைத்திருப்பவர்கள் கூட இலவச மின்னஞ்சல் சேவையைப் பயன்படுத்திக் கொள்கின்றனர். இலவச மின்னஞ்சல் வழங்கும் தளங்களின் வழியாக மின்னஞ்சல் அனுப்பலாம். வரும் கடிதங்களைப் படிக்கலாம் இதற்கென தனி மென்பொருள் தேவையில்லை. இணைய உலாவி மூலம் குறிப்பிட்ட தளத்தை அணுகினால் போதும்.

இன்பாக்ஸ் ஃபோலர்டரில் நமக்கு வரும் கடிதங்கள் சேமித்து வைக்கப்பட்டிருக்கும் பெரும்பாலும் அண்மையில் வந்த கடிதம் தொடக்கத்தில் இருக்கும். கடிதம் அனுப்பியவர் பெயர் அதன் உள்ளடக்கம், அனுப்பிய நாள், நேரம், கடிதத்தின் அளவு பட்டியலிடப்பட்டிருக்கும். உள்ளடக்கத்தின் மீது கிளக் செய்தால் கடிதம் முழுதும் விரிவும்; கடிதத்தை முழுவதும் படிக்கலாம்.

'கணிப்பொறியுகம்' என்று அழைக்கப்படும் இக்காலத்தில் கணிப்பொறியின் பயன்பாடு இல்லங்களிலும் நிறுவனங்களிலும் அவரவர்கள் தேவைக்கேற்ப வடிவமைக்கப்பட்டு செயல்பாட்டில் இருந்து வருகின்றது. நூலகத்திற்கு வருகின்ற வாசகர்கள் தேவைக்கேற்ப ஒரு நூல் எந்தத் துறையைச் சார்ந்தது. அதன் தலைப்பு என்ன? நூலின் ஆசிரியர், பதிப்பாசிரியர் யார்? பருவ இதழ் தொகுதிகளாக இருப்பின் அக்கட்டுரைகளின் தலைப்பு, அது கூறும் செய்தி விவரங்கள் பற்றி அகர

வரிசைப்படி தயார் செய்தல் போன்ற பணிகளுக்கு பொதுவான கணிப்பொறி வடிவமைப்பு எல்லா நிறுவனங்களும் தயார் செய்கின்றன. ஆனால் இந்த வடிவமைப்பு தஞ்சை சரசுவதி மகால் போன்ற சிறப்பு நூலகங்களுக்குப் போதாது. கணிப்பொறி வல்லுநர்கள் மேலும் பல வழி வகைகளை குறிப்பாக மென்மம் வடிவமைப்பில் சில மாற்றங்கள் செய்ய வேண்டுமெனக் கருத இடமுள்ளது. கணிப்பொறியில் ஆவணங்களைப் பாதுகாத்து பயன் கொள்வது என்பது பொது நிலை ஆகும். தற்கால ஆயுள்கள் பல கோணங்களில் நிகழ்த்தப்படுகின்றன. இணையமானது இவ்வாறு பல விதமாக வளர்ச்சி அடைந்து நாடு பல விதங்கள் முன்னேற்றம் அடைகின்றது. இணையத்தின் மூலம் மக்கள் அரட்டை அடிக்கின்றனர். அரட்டை என்பது எந்த ஒரு குறிப்பான நோக்கமுமின்றி இரண்டுக்கும் மேற்பட்டோர் கூடி எந்தக் குறிப்பிட்ட தலைப்பிலும் இல்லாமல் மனம் போன போக்கில் பேசிக் கொள்வதை “அரட்டை” எனச் சொல்வது பொருத்தமாகும். இணையத்தில் பலர் ஒன்று சேர்ந்து கலந்துரையாடுவதற்குப் பல வழி முறைகள் உள்ளன. செய்திக் குழுக்கள், அஞ்சல் குழுக்கள், அரட்டை ஆகியவை குறிப்பிடத்தக்கவை. இணைய அரட்டையில் கலந்து கொள்வோர் தனக்கென ஒரு புனைப் பெயரைச் சூட்டிக் கொள்வர். அந்தக் குறிப்பிட்ட வெப் அரட்டை செர்வரில் அப்போது நடைபெற்றுக் கொண்டிருக்கும் அரட்டைக் குழுக்களில் ஏதேனும் ஒரு குழுவில் கலந்து கொள்ள வேண்டும். அந்தக் குழுவில் பலருடனும் பொதுவாக அரட்டை அடிக்கலாம். எழுத்தில் தட்டச்சு செய்து அரட்டை அடிக்கலாம், அரட்டையில்

இம்முறை பெரும்பாலும் பின்பற்றப்படுகின்றது. பேச்சு மூலமும் அரட்டை அடிக்கலாம். தனிப்பட்ட நண்பருடன் அரட்டை அடிக்க ஏற்றது. இணையத்தில் அரட்டை அடிப்பதற்கென்றே தனிப்பட்ட தளங்கள் இருக்கின்றன. அவற்றின் முகவரியைத் தெரிந்து வைத்துக் கொண்டால் போதும். அவ்வப்போது அந்தத் தளங்களில் நுழைந்து அங்கே நடந்து கொண்டிருக்கும் அரட்டையில் கலந்து கொள்ளலாம். இவ்வாறு அரட்டை அடிப்பதன் மூலம் பொழுது போகும், சில வேலைகளில் இதன் மூலம் நண்பர்கள் கிடைக்கலாம். பெரும்பாலும் இணைய அரட்டையில் பங்கு பெறும் எவரும் சொந்தப் பெயரில் தொடர்பு கொள்வதில்லை. உண்மையான தகவலை பெரும்பாலோர் தருவதில்லை. நாடு, இனம், மதம், பால், வயது, முகம் எதுவும் அறிந்து கொள்ளாமல் ஒருவருடன் உரையாடுவதில் தனி சுகம் இருக்கவே செய்கிறது. ஒருவருடன் மனம் விட்டுப் பேசும் போது கவலைகள் மறக்கின்றன. மனம் சந்தோசமடைகின்றது. அரட்டை அடிக்கும் போது சில கட்டுப்பாடுகளைக் கடைபிடிக்க வேண்டும். எவருடைய மனமும் புண்படும்படி எழுதவோ, பேசவோ கூடாது, நாடு, இனம், மதம், மொழியை இழிவுபடுத்தும்படி உரையாடக்கூடாது. தனிப்பட்ட முறையில் எவரையும் தாக்கிப் பேசக்கூடாது. நாம் அரட்டையில் பின்பற்றும் நாகரிகத்தை அடிப்படையாகக் கொண்டு உங்கள் தகுதி உயர்த்தப்படும். நாகரிகமற்ற முறையில் அரட்டையடிக்கும் ஒருவரை வெளியேற்ற கண்காணிப்பாளருக்கு உரிமை உண்டு. அவ்வாறு வெளியேற்றப்படும் ஒருவர் அரட்டையில் தொடர முடியாது. எது எப்படி இருப்பினும் தொலை

தூரங்களில் இருக்கின்ற இதயங்களை இணைக்கின்ற திறன் இணைய அரட்டைக்கு உண்டு என்பதை எவரும் மறுக்க முடியாது.

தற்பொழுது நடக்கும் காலத்தை கணிப்பொறி காலமென்றும், விஞ்ஞான தொழில்நுட்பக் காலமென்றும் அறிஞர்கள் கூறுகிறார்கள். விஞ்ஞானக் கோட்பாடு தொழில் நுட்பத்தை ஊக்குவித்து பல முன்னேற்றங்களைச் சாதித்திட வகை செய்கிறது. விஞ்ஞானமும் தொழில் நுட்பமும் நாட்டின் பொருளாதாரத்தை ஊக்குவித்து மனித முன்னேற்றத்திற்கு வழி செய்கிறது. மின்னணு மற்றும் தகவல் தொழில் நுட்பவியலின் வளர்ச்சி தகவல் சேமிப்பு மற்றும் பயன்படுத்தும் முறையில் விஞ் ஞானமும், தொழில் நுட்பமும் ஓர் விழிப்புணர்வை ஏற்படுத்தியிருக்கிறது. இந்த வகையில் 1) நேரடித் தகவல் தொடர்பு 2) அடர்தட்டு நினைவில் உள்ளவற்றை மட்டும் படிப்பது மற்றும் 3) மின்னணு அஞ்சல் இவை மூன்றும் தகவல் பரிமாற்றத்தில் மிகப்பெரிய மாற்றத்தை ஏற்படுத்தியிருக்கிறது. அடர் தட்டு என்பது நினைவில் உள்ளவற்றை மட்டும் படிப்பது என்பது. அடர் தட்டுக்களில் சேமித்து வைத்துள்ள தகவல்களை மட்டுமே படிக்க முடியும் அதனால்தான் இதனை ஆங்கிலத்தில் Compact Dist - Read Only Memory என்று கூறுகிறார்கள். இந்த அடர் தட்டுகள் மீண்டும் எழுதவோ அல்லது எழுதியதை அழிக்கவோ முடியாது. இந்த அடர்தட்டில் தகவல்களை எழுதுவதற்கும் மற்றும் படிப்பதற்கும் லேசர் ஒளிக்கதிர்கள் பயன்படுத்தப்படுகின்றது. அடர்தட்டு நினைவில் உள்ளவற்றை மட்டும் படிப்பது அமைப்புமுறை, அடர்தட்டை கணிப்பொறியுடன் இணைக்கும் போது கணிப்பொறி அடர்தட்டு

இயக்கும் கருவியை தன்னுடைய அங்கமாகக் கருத வாய்ப்பு ஏற்படுகிறது. கணிப்பொறி உதவிக் கொண்டு அடர்தட்டில் உள்ள செய்திகளை வேற்று வடிவத்திற்கு மாற்றலாம். நூலகங்களில் தகவல் சேமித்து வைத்திருக்கும் சாதனங்களில் அடர்தட்டு மிகச் சிறந்த சாதனம் ஆகும். ஏனெனில் இதனை வைத்திருப்பதற்கு மிகச் சிறிய இடம் போதுமானது இதை பராமரிக்க ஆகும் செலவு மிகக் குறைவு.

ஓர் இடத்திலிருந்து வேறு இடத்தில் உள்ள செய்தி தொகுப்புகளை கூட்டமைப்பு (Network) மூலம் கணிப்பொறி உதவிக் கொண்டு செய்திகளைப் பெறுவது நேரடித் தகவல் முறை ஆகும். தற்பொழுது இண்டர்நெட் (Internet) என்ற கூட்டமைப்பில் தான் நேரடித் தகவல் தொடர்பு முறையைப் பயன்படுத்துகிறார்கள். இண்டர்நெட் என்பது உலகிலேயே மிகப் பிரமாண்டமான கூட்டமைப்பு ஆகும். 180 நாடுகளில் உள்ள 5 மில்லியன் பேர் இதைப் பயன்படுத்துகிறார்கள். ஒவ்வொரு நிறுவனமும் தங்களுடைய விபரத் தொகுப்பினை கணிப்பொறியில் சேகரித்து இதனை இண்டர்நெட் கூட்டமைப்பில் இணைத்து வருகின்றன. நாம் இண்டர்நெட்டின் உபயோகிப்பாளர்கள் ஆனால் இண்டர்நெட் கூட்டமைப்பில் இணைந்துள்ள அனைத்து நிறுவன உபகரணத்தொகுப்புகளை பெற முடியும். உலகில் உள்ள எல்லா தகவல் சேமிப்பு நிலையங்களுடனும், இண்டர்நெட் மூலம் நேரடித் தொடர்பு கொண்டு செய்திகளைச் சேகரிக்கலாம்.

மின்னஞ்சல் அஞ்சல் என்பது தகவல் தொடர்பு

வசதிகளைப் பயன்படுத்தி தகவல்களை ஓர் இடத்திலிருந்து மற்றொரு இடத்திற்கு கணிப்பொறி உதவியுடன் பரிமாற்றம் செய்து கொள்ள உதவும் தொழில் நுட்பம் ஆகும். தகவல் யாருக்குச் சென்றடைய வேண்டுமோ, அவர் அவருக்கான தகவலை அவருக்கு வசதியான நேரத்தில் படித்துக்கொள்ளும் வசதியை மின்னணுத் தபால் முறை கொண்டிருக்கிறது. அதாவது தகவல் பெறுவோரின் கணிப்பொறி எப்பொழுதும் தயாராக இருக்க வேண்டும் என்ற அவசியம் இல்லை. ஒருவர் எப்போது வேண்டுமானாலும் தனது கணிப்பொறியை இயக்கச் செய்து தனக்கு ஏதாவது தகவல் இருக்கின்றதா என்று தெரிந்து கொள்ளலாம். மின்னனு அஞ்சல் முறையின் மையமாக விளங்குவது மின்னனு அஞ்சல் கூட்டமைப்பு (E-mail Network) ஆகும். எந்த ஒரு மின்னனு அஞ்சல் கூட்டமைப்பிலும் கணிப்பொறி மையமாக உள்ளது. ஒரு குறிப்பிட்ட கூட்டமைப்பில் ஒருவரால் அனுப்பப்படும் தகவல்களை எல்லாம் இந்தக் கணிப்பொறி வாயிலாகத்தான் மற்றவருக்குச் சென்று சேருகின்றது. மின்னனு அஞ்சல் பிணைப்பில் இணைக்கப்பட்டுள்ள ஒவ்வொருவரும் ஒரு அங்கத்தினராகக் கருதப்படுவர். ஒவ்வொருவருக்கும் ஓர் எண் கொடுக்கப்படும். ஒவ்வொரு அங்கத்தினருக்கும் ஓர் அடையாள தபால் பெட்டி கொடுத்து விட்டால் அந்தத் தகவல் கணிப்பொறியில் பெறுநருக்கான தகவல்பெட்டியைச் சென்று சேருகின்றது. பெறுநரின் கணிப்பொறியில் மின்னனு அஞ்சல் பிணைப்பில் இணைக்கப்பட்டுத் தயாராக இருந்தால் அந்த கணிப்பொறியின் திரையில் அவருக்கான தகவல் வெளிப்படுகின்றது. பெறுநரின் கணிப்பொறி தயாராக இல்லையென்றால்

அனுப்பபப்படும் தகவல் கணிப்பொறியின் தகவல் பெட்டியிலேயே தங்கி விடுகின்றது. எப்பொழுது பெறுநரின் கணிப்பொறி மின்னனு அஞ்சல் பிணைப்பில் இணைக்கப்பட்டு தயாராகின்றதோ அதே நேரத்தில் அந்த அங்கத்தினருக்கான தகவல் அவருக்கும் கிடைக்கின்றது. இந்தியாவில் மின்னனு அஞ்சல் வசதியைத் தற்சமயம் பல தனியார் மற்றும் அரசு நிறுவனங்கள் அளிக்கின்றன. அவற்றில் சில அக்ஸஸ், எர்நெட், ஐநெட், வி.எஸ்.என்.எல் போன்றவை காணப்படுகின்றன. இவ்வாறு இணையமானது வளர்ச்சியடைகின்றது. இணையத்தின் மூலமாக மின் வணிகம் செய்யலாம். மின் வணிகம் என்பது கணிப்பொறிப் பிணையத்தின் வழியாக நடைபெறும் வணிகத் தகவல் மாற்றமே "மின்னனு வணிகம்" என்று அழைக்கப்பட்டது. அப்பிணையம் இணையமாகத்தான் இருக்க வேண்டும் என்பதில்லை. இணையகம் சாராத பிணையங்களின் வழியாகவும் வணிகத் தகவல் பரிமாற்றம் நடைபெற முடியும். எனவே "மின் வணிகம்" என்றாலே "இணையம் வழி வணிகம்" என்ற சுருங்கிய பொருள் கொள்ளல் கூடாது. இகாமர்ஸ் இன்னும் சுருங்கி "இகாம்" ஆகிவிட்டது. தமிழில் "மின்வணி" எனலாம். மின் வணிகம் என்பது ஒரு விற்பனை நிறுவனத்துக்கும் நுகர்வோருக்கும் இடையே நடைபெறும் பொருள் விற்பனை நடவடிக்கையை மட்டுமே குறிப்பதாக எடுத்துக் கொள்ளக்கூடாது. இரண்டு வணிக நிறுவனங்கள் தமக்குள்ளே வணிகத் தகவல்களைப் பரிமாறிக் கொள்வதும் மின் வணிகத்தில் அடக்கம், இவ்விரு நடவடிக்கைகளையும் சேர்த்து இ பிசினஸ் என்று சொல்வதும் உண்டு. மின் வணிக

நடவடிக்கையைப் பொதுவாக நான்கு வகையாகப் பிரிக்கலாம்

1. ஒரு வணிக நிறுவனம் தன் கிளைகளுடனும் சார்பு நிறுவனங்களுடனும் நடத்திக் கொள்ளும் உள் தகவல் பரிமாற்றம்.
2. இரண்டு வணிக நிறுவனங்களுக்கிடையே நடைபெறும் தகவல் பரிமாற்றங்களும் பணப் பரிமாற்றமும்
3. வணிக நிறுவனத்துக்கும் நுகர்வோருக்கும் இடையே பொருள்களை விற்பது வாங்குவது தொடர்பாக நடைபெறும் தகவல் / பணப்பரிமாற்றங்கள்
4. நுகர்வோர் தமக்குள்ளே நடத்திக் கொள்ளும் ஏல விற்பனை போன்ற வணிக நடவடிக்கைகள்

இவற்றுள் முதலிரண்டு வகையான வணிக நடவடிக்கைகள் இணையம் வழியாகத்தான் நடைபெற வேண்டும் என்பதில்லை. தனியான கணிப்பொறிப் பிணையங்கள் வழியாகவும் தொலை தொடர்புத்துறையினரின் தகவல் தொடர்புத் தடங்களின் வழியாகவும் நடைபெற முடியும். கடைசி இரண்டு வகை வணிகத் தகவல் பரிமாற்றங்கள் முழுக்க முழுக்க இணையம் மூலமாகவே நடைபெறுகின்றது. ஒரு நிறுவனம் தன்னுடைய தயாரிப்புக்களுக்காக விளம்பரம் செய்வது தொடங்கி மக்களின் பார்வைக்குக் கடைபரப்பி வைப்பது வாடிக்கையாளர் பொருள்களைப் பார்வையிட்டு பிடித்தமானவற்றை வீட்டுக்கு அனுப்பி வைக்கச் செய்வது, அவற்றுக்குரிய விலையையும் செலுத்தி விடுவது ஆகிய அனைத்து வியாபார

நடவடிக்கைகளும் கணிப்பொறி மூலமாகவே நடந்து முடிந்து விடுகின்றது. தேர்வு செய்த பொருள்கள் மட்டும் ஆட்கள்/லாரி/ரயில் மூலமாக வீட்டுக்கு அனுப்பி வைக்கப்படுகின்றன, சில பொருட்களை கணிப்பொறி இணைப்பு மூலமும் இறக்குமதி செய்து கொள்ளலாம். எடுத்துக்காட்டாக இசைப்பாடல்கள் ஓவியம், நூல்கள், கணிப்பொறி மென்பொருள், சட்ட மருத்துவ ஆலோசனைகள் இவற்றை உரிய விலை கொடுத்து உடனுக்குடன் பதிவிறக்கம் செய்து கொள்ளலாம். சில வேலைகளில் பொருள் விற்றல் / வாங்கல் நடவடிக்கையில் நூற்றுக்கு நூறு தகவல் பரிமாற்றம் கணிப்பொறி வாயிலாகவே நடைபெற்று முடிந்து விடுகிறது.

மின் வணிகம் தனியான கணிப்பொறிப் பிணையங்கள் மூலமாக நடைபெறும், வணிக நிறுவனங்களுக்கிடையேயான மின்னணுத் தகவல் பரிமாற்றம் மூலம் மின் வணிகம் வளர்ச்சியடைந்துள்ளது. மேலும் இணையம் மூலம் நடைபெறும் வணிக நிறுவனங்களுக்கு இடையேயான தகவல் பரிமாற்றம் இணையத்தில் நடைபெறும் பொருள் விற்பனை அது தொடர்பாக வணிக நிறுவனம் நுகர்வோருக்கிடையே நடைபெறும் பணப்பரிமாற்றம் மற்றும் பிற தகவல் பரிமாற்றங்கள் ஆகும். தொடக்கத்தில் மின் வணிகம், மின்னணுத் தகவல் பரிமாற்றம் என்ற வடிவில்தான் முளை விட்டது. மதிப்பேற்று பிணையம் எனப்படும் தனிப்பட்ட பிணையங்களின் மூலம் இத்தகைய தகவல் தொடர்புகள் நடைபெற்று வந்தன. ஒவ்வொரு நிறுவனமும் தத்தமது கணிப்பொறி பிணையங்களுக்கென நாடு முழுவதும் உலகம் முழுதும் தகவல் தொடர்புத்

தடயங்களை நிறுவிப் பராமரிப்பது இயலாத செயல். சில அரசு நிறுவனங்களும் தனியார் நிறுவனங்களும் இது போன்ற நாடு தழுவிய தகவல் தொடர்புக் கட்டமைப்புகளை நிறுவி, பிற வணிக நிறுவனங்கள் கட்டண அடிப்படையில் இக்கட்டமைப்பைப் பயன்படுத்திக் கொள்ள அனுமதிக்கின்றன. இத்தகைய கூட்டமைப்புகளே வான் என அழைக்கப்படுகிறது. மின் வணிகம் என்னும் புதிய வணிக நடைமுறைக்கு "வான்" பிணையங்களே வித்திட்டன. மின் வணிகத்தில் முதல் பத்தாண்டுகள் "வான்" வழியாக வளர்ந்து பெருகியது. 1995ம் ஆண்டு வரை மின் வணிகம் என்பது "வான்" பிணையங்கள் மூலமாக நடைபெற்ற மின்னணுத் தகவல் பரிமாற்றங்கள் மட்டுமேயாகும். கடந்த ஐந்தாண்டுகளில் மின்னணுத் தகவல் பரிமாற்றத்தை இணையம் முக்கிய பங்கு வகிக்கத் தொடங்கிவிட்டது என்றாலும் தனித்த "வான்" பிணையங்கள் மூலம் நடைபெறும் மின் வணிக மதிப்பு இந்த ஆண்டு 355 மில்லியன் டாலராக இருக்கும் என மதிப்பிடப்பட்டுள்ளது. மின் வணிகத்தால் தனித்த பிணையங்கள் கணிசமான பங்கு வகிக்கின்றன. அதே வேளையில் இணையத்தின் ஆதிக்கம் அதிகமாகி வருகிறது என்பதைக் காணலாம். மின் வணிகம் நாளுக்கு நாள் வளர்ந்தாலும் ஒட்டு மொத்த வணிக மதிப்பில் மின் வணிகம் சிறு பங்கையே வகிக்கிறது. 2000ம் ஆண்டில் மொத்த வணிகத்தில் 10 விழுக்காடு அதாவது 600 பில்லியன் டாலர் வணிகம் இணையம் மூலமாக நடைபெறும். வணிகத்தில் 70 விழுக்காடு வணிக நிறுவனங்களுக்கு இடையே நடைபெறும் வணிகத்தகவல் பரிமாற்றமாக இருக்கும். மீதி 30 விழுக்காடு மட்டுமே வணிக நிறுவனம்

நுகர்வோர் இடையேயான விற்பனை நடவடிக்கையாக இருக்கும். மின் வணிகத்தில் கணிப்பொறி மூலமாகத் தகவல் பரிமாற்றம் நடைபெறுவதால் கால விரயம் தவிர்க்கப்படுகிறது. அனைத்துத் தகவல்களையும் கணிப்பொறியே கையாள்வதால் தகவல்கள் துள்ளியமாக உள்ளன. தாள்களில் ஆவணங்களைக் கையாள்வதற்கும் பராமரிப்பதற்கும் ஆகும் செலவு அதிகம். அதிக எண்ணிக்கையிலான பணியாள்களை நியமிக்க வேண்டும். கணிப்பொறிகளில் கையாள்வதால் செலவு மிகக் குறைவு. பிழையற்ற, விரைவான, தகவல் பரிமாற்றத்தின் காரணமாக வணிக உறவுகள் சுமூகமாக இருக்கின்றன. கையாளும் செலவு குறைவதால் பொருள்களின் அடக்க விலை மறைமுகமாகக் குறைகிறது. கொள்முதல்/விற்பனை போன்ற தகவல்கள் வணிக நிறுவனங்களுக்குக் காலத் தாழ்வின்றி உடனுக்குடன் கிடைத்து விடுவதால் வருங்கால வணிகத் திட்டங்களையும், யுக்திகளையும் விற்பனை முன் கணிப்புகளைச் சரியான நேரத்தில் துல்லியமாகச் செய்ய முடிகிறது. ஆனால் மின் வணிகத்தில் நேரடியாகப் பொருள்களைப் பார்த்து வாங்குவதில் ஏற்படும் திருப்தி வாடிக்கையாளர்களுக்கு மின் வணிகத்தில் கிடைப்பதில்லை. பேரம் பேசிப் பொருளை வாங்க வாய்ப்பில்லை. தகவலை அனுப்பியவர் தாம் அனுப்பவில்லையென்றோ பெற்றவர் தகவல் கிடைக்கவில்லையென்றோ மறுதளிக்க வாய்ப்புகள் உண்டு. இருவருக்கிடையே நடைபெறும் வணிகத் தகவல் பரிமாற்றத்தை மூன்றாவது நபர் ஒட்டுக் கேட்க முடியும். கணிப்பொறிகளில் சேமித்து வைக்கப்பட்டுள்ள வணிகத் தகவல் பரிமாற்றங்கள் பல்வேறு காரணங்களினால்

பாழ்பட்டு போக வாய்ப்புண்டு. “வான்” பிணையங்கள் வழியாக நடைபெறும் தகவல் பரிமாற்றங்கள் ஓரளவு பாதுகாப்பானவை. ஆனால் இணையம் என்பது ஒரு திறந்த நிலைப் பிணையம். இணையம் மூலம் அனுப்பப்படும் தகவல்களை மறைக்குறியீடுகளாக மாற்றியனுப்பும் கிரிப்டோ கிராஃபி தொழில் நுட்பம் பயன்பாட்டில் உள்ளது.

மின் வணிகத்தில் பணப்பரிமாற்றம் செய்யப்படுகின்றது. ஓர் இணைய அங்காடியில் பொருளைத் தேர்வு செய்து வழங்கலாணை தருகிறீர்கள். விற்பனை நிறுவனம் அப்பொருளை உங்கள் வீட்டுக்கு அனுப்பி வைக்கிறது. அப்போது பொருளுக்குரிய விலையைச் செலுத்திவிடலாம். இதனை விநியோகத்தின் போது பணம் செலுத்தும் முறை என்கிறோம். மின் வணிகத்தில் பணம் பரிமாற்றம் செய்ய கிரெடிட் கார்டு, ஸ்மார்ட் கார்டு. டிஜிட்டல் பணம் இவற்றுள் மிகப்பரவலாக இப்போது பயன்பாட்டில் உள்ள முறை கிரெடிட் கார்டு என்னும் பற்று அட்டை முறை ஆகும். இம்முறையில் ஐந்து தரப்பினர் பங்கு பெறுகின்றனர். பற்று அட்டை வைத்திருப்பவர், பற்று அட்டையை வழங்கிய வங்கி, பொருளை விற்பனை செய்யும் நிறுவனம், பணப்பரிமாற்றங்களை ஒழுங்குபடுத்தும் நிதி நிர்வாகப் பிணையம் விற்பனையாளர்/நுகர்வோர் கணக்கு வைத்திருக்கும் வங்கிகள், மரபு வழியான வியாபாரத்துக்கு முற்றிலும் மாறுபட்டது. மின் வணிகம் தகவல் பரிமாற்றத்துக்கு பல வழிமுறைகள் உள்ள போதிலும் இதில் ஏற்படும் சட்டச் சிக்கல்கள் பெரும் சவாலாகவே இருந்து வருகின்றன. இணையத்தின் மூலம் உருவாகியுள்ள மின்வெளியில் ஒரு மெய்நிகர்

நாடு அமைந்துள்ளது. இந்த மின்வெளி நாட்டுக்குத் தனியாக மின்வெளிச் சட்டங்கள் தேவை. இதற்கான முன் முயற்சியை ஐ.நா மன்றம் மேற்கொண்டது. மின் வணிகத்தை ஒழுங்குபடுத்த 1996ம் ஆண்டு டிசம்பரில் வழிகாட்டு நெறிமுறைகள் ஐ நா மன்றத்தின் மூலம் தீர்மானமாக நிறைவேற்றப்பட்டது. 1901ம் ஆண்டில் புதிய பொருளாதாரக் கொள்கை அறிமுகப்படுத்தப்பட்ட பின்னர் ஐடிஐ வளர்ச்சிக்காக நடவடிக்கைகள் மேற்கொள்ளப்பட்டன. வணிக அமைச்சகத்தின் கீழ் “ஐடிஐ கவுன்சில்” அமைக்கப்பட்டது. ஐநாவின் எடிஃபேக்ட் தர வரையறைகளைக் கவுன்சில் ஏற்றுக் கொண்டது. அரசுத்துறைகளில் ஐடிஐயின் செயலாக்கத்துக்கு முயற்சிகள் மேற்கொள்ளப்பட்டன. குறிப்பாக சுங்கத்துறை, துறைமுகம், விமானப் போக்குவரத்து ஆகிய துறைகளில் ஐடிஐ நடைமுறைப்படுத்தப்பட்டது. அரசுத் துறையில் விசேஷ சஞ்சார் நிகாம் நேஷனல் இன்ஃபார்மேட்டிக்ஸ் சென்டர் ஆகியவை ஐடிஐ பிணையங்களை நிறுவி வணிகத் தகவல் பரிமாற்றத்துக்கு தடம் அமைத்துக் கொடுத்தன. தனியார் துறையினரும் வான் பிணையங்களை அமைத்துக் கொள்ள அனுமதி வழங்கப்பட்டது. மஹிந்திர நெட்வொர்க் சர்வீஸ் சத்யம் இன்ஃபோவே, குளோபல் டெலிகாம் சர்வீசஸ் போன்ற பல தனியார் ஐடிஐ சேவையாளர்கள் இந்தியாவில் செயல்படத் தொடங்கினர். அடுத்த கட்டமாக இணையம் மூலம் மட்டுமே பொருள் விற்பனை செய்யும் முகமை நிறுவனங்களும் உருவாகியுள்ளன. இவை தமக்கென வலைத் தளங்களை நிறுவி, வணிக நடவடிக்கைகள் மேற்கொண்டுள்ளன. இந்தியாவில் மின் வணிக வளர்ச்சி மிகவும் மெதுவாகவே நடைபெறுகிறது.

இந்தியாவில் கணிப்பொறி பயன்படுத்துவோர் எண்ணிக்கை குறைவு. இந்தியாவில் பண அட்டை பயன்படுத்துபவர்களின் எண்ணிக்கை குறைவு. மின் வணிகத்தை ஒழுங்குபடுத்தும் சட்டங்கள் இந்தியாவில் இப்போதுதான் நிறைவேற்றப்பட்டுள்ளது. மின் வணிகம் எல்லை கடந்தது. இணையம் வழி மின் வணிகம் தொடங்க நிறுவனங்களுக்கு தொடக்கச் செலவு மிகவும் அதிகமாகும். அந்த அளவுக்கு முதலீடு செய்ய வணிக நிறுவனங்கள் தயாராக இல்லை. இந்திய மக்கள் பொருள்களைத் தொட்டுத் தடவிப்பார்த்து பேரம் பேசி ஒரு முறையாவது குறைத்து வாங்குவதையே விரும்புவர், இணைய வணிகம் இதற்கு முற்றிலும் மாறாக உள்ளது. வருங்காலத்தில் மின் வணிகத்துக்கு வாய்ப்பும் வளர்ச்சியும் அதிகமாக இருக்கும் என எதிர்பார்க்கப்படுகிறது.

இணையத்தில் இலவச சேவைகள் ஏராளமாக உள்ளன. சில குறிப்பிட்ட சேவைகளைக் கட்டணம் செலுத்தித்தான் பெற முடியும். இணையத்தில் இலவசமாகக் கிடைக்கும் சேவைகளைப் பலவகைப்படுத்தலாம். அவை தகவல் களஞ்சியம், ஆலோசனைகள், மின்னஞ்சல்கள், மின்னஞ்சல் மென்பொருள்கள், தகவல் சேமிப்பகம், தொலைபேசி இணைய முகவரிகள், இணையப் பக்கங்கள், இணைய இணைப்புப் போன்றவைகளாகும். இணையத்தில் இல்லாத தகவல்களே இல்லை எனலாம். கடிதங்கள் நூலகங்கள், அறிவியல் ஆய்வுக்கூடங்கள் அனைத்தும் தத்தம் தகவல் சேமிப்புகளை இணையம் மூலமாக இலவசமாக வழங்குகின்றன. பல ஆயிரம் ரூபாய் கொடுத்து வாங்க வேண்டிய கலைக்களஞ்சியத் தொகுப்புகளும், அறிவியல் ஆய்வுக்கட்டுரைகளும்,

பழங்கால / நவீன இலக்கிய நூல்களும், சட்டம், மருத்துவ விவரங்களும் இலவசமாகவே கிடைக்கின்றன. இந்தியாவை மையமாகக் கொண்டு இந்தி, தமிழ், ஆகிய மொழிகளில் மிக அதிகமான மின்னிதழ்கள் கொண்டு தமிழ் சினிமா, ஆறாம் திணை/ மின்னம்பலம் வெப் உலகம் போன்ற மின்னிதழ்கள் வெளியிடப்படுகின்றன. இணையத்தில் எண்ணற்ற மென்பொருள் தொகுப்புகள் பதிவிறக்கம் செய்து கொள்ளலாம். கணிப்பொறியில் சேமித்து வைத்துக் கொள்ளக்கூடிய இணையத்தளங்கள் பல உள்ளன. கணிப்பொறியில் இருக்கும் தகவல்களின் பாதுகாப்பு நகல்களை இந்த சேமிப்பிடங்களில் பதிவு செய்து வைத்துக் கொள்ள முடியும். உலகில் எங்கோ இருக்கும் ஒரு கணிப்பொறியில் உங்களுடைய கோப்புகள் பாதுகாப்பாக இருக்கும். உள்ளூர் தொலைபேசி அழைப்புக்கு மூன்று நிமிடத்துக்கு ஓர் அழைப்பு எனவும், வெளியூர் எனில் தொலைவுக்கு ஏற்ப 2 வினாடி முதல் 32 வினாடி வரை பல்வேறு கால அளவு ஓர் அழைப்பாகவும் கருதப்படுகிறது. வெளிநாடு எனில் தொலைவைப் பொறுத்து ஒரு வினாடிக்கு ஓர் அழைப்பாகக் கணக்கிடப்படுகிறது. எடுத்துக்காட்டாக அமெரிக்காவுக்குப் பகல் நேரத்தில் தொலைபேசயில் பேசினால் ஒரு வினாடிக்கு ஓர் அழைப்பு 15 நிமிடம் பேசினால் ஏறத்தாழ ஆயிரம் ரூபாய் செலவாகும். ஆனால் உங்களிடம் இணைய இணைப்பு இருப்பின் அமெரிக்காவில் உள்ள நண்பருடன் இலவசமாகவே தொலைபேசியில் பேசமுடியும். உள்ளூர் தொலைபேசி இணைப்புக்காக ஆகும் செலவும் இணைய இணைப்பு நேரத்துக்கான செலவு மட்டுமே ஆகும். இணையத்தில் விருப்பமான

முகவரிகளை இலவசமாகப் பதிவு செய்து கொள்ள முடியும். இலவச இணையச் சேவைகள் அனைத்தையும் நுகர வேண்டுமெனில் கட்டாயம் கணிப்பொறியும் இணைய இணைப்பும் இருக்க வேண்டும். ஏதேனும் ஓர் இணையச் சேவையாளரிடம் கட்டணம் செலுத்தி இணைய இணைப்பைப் பெற்றிருக்க வேண்டும். தமிழ்நாட்டை பொறுத்தவரை வி.எஸ்.என்.எல், சத்யம் ஆன்லைன், டிஷ்நெட், கே.எம்.ஆர் ஆன்லைன் போன்ற நிறுவனங்கள் குறைந்த கட்டணத்தில் இணைய இணைப்பை வழங்கிக் கொண்டுள்ளனர். வி.எஸ்.என்.எல் நிறுவனம் அண்மையில் பாதிக் கட்டணத்தில் இணைய இணைப்புகளை வழங்கியது. இரவு நேரத்தில் இலவசம். ஞாயிற்றுக் கிழமைகளில் இலவசம், இன்னொரு நிறுவனம் மகளிருக்கும் சிறுவர்களுக்கும் 5 ஆண்டுகளுக்கு தினமும் ஒரு மணிநேரம் இலவசம் என அறிவித்தது. இணையம் இன்றைக்கு வாழ்க்கையின் அங்கமாகி விட்டது. ஏணைய துறைகளை விடவும் தொழில் நுட்பங்களை விடவும் இணையமும் இணையத் தொழில் நுட்பமும் புரட்சிகரமான மாற்றங்களுக்கு உள்ளாகி வருகின்றன. இணையத்தில் விரைவாக மாற்றங்கள் ஏற்படுகின்றன. இந்தியாவில் இணையம் வந்து ஐந்து ஆண்டுகளே ஆகின்றன. நாம் வளர்ச்சியடைந்த நாடுகளை விட 25 இணைய ஆண்டே (55 நாட்கள்) பின்தங்கி இருக்கிறோம். வி.எஸ்.என்.எல் நிறுவனம் கூடுதலாக 465 எம்பிபீஸ் அலைக்கற்றையை வழங்கி இருக்கிறது. இந்தியாவுக்கும் சிங்கப்பூருக்கும் இடையே 2 டிபிபீஎஸ் கடலடிக் கேபிள் போடப்படுகிறது. மாநிலங்கள் போட்டிப்போட்டு முன்னேறுகின்றனர். இணைய வசதியில் தமிழ்நாடு

முதலிடம் வகிக்கிறது. படித்தவர்களுக்கு மட்டுமின்றி பாமரர்களும் இணையத்தைப் பயன்படுத்துகிறார்கள். இணையம் அனைவருக்கும் பயன்படுகிறது. இணையம் ஐந்து ஆண்டுகளுக்கு முன் இந்தியாவில் பொதுமக்களுக்கு அறிமுகப்படுத்தப்பட்டபோது அதற்கான கட்டணங்கள் கைக்கு எட்டாத உயரத்தில் இருந்தன. வெறும் எழுத்துக்களை மட்டுமே படிக்க "ஷெல்' கணக்குக்கு 500 மணி நேரத்துக்கு ரூ.5000 செலுத்த வேண்டும். பல்லூடகத் தகவல் பெற முடிகிற டீசிபி ஐபீ கணக்கு வைத்துக் கொள்ள 500 மணி நேரத்துக்கு ரூ. 15,000 செலுத்த 200 மணிநேரம், 100 மணிநேரம் அளவிலான கணக்குகள் கிடையாது. வி.எஸ்.என்.எல் மட்டுமே இணையச் சேவையாளராக இருந்து வந்தது. இந்தக் கட்டணம் தவிர தொலைபேசிக்கு 500 மணி நேரத்துக்கு ஏறத்தாழ 10 ஆயிரம் செலத்த வேண்டிருக்கும். ஆக ரூ.25,000 செலவழித்து இணையத்தின் பயன்களை நுகர வேண்டியிருந்தது. அது மட்டுமின்றி தமிழ்நாட்டைப் பொறுத்த வரை சென்னை வாசிகளுக்கு மட்டுமே இந்த வசதி இருந்தது. வெளியூர்க்காரர்கள் தொலைபேசியில் வெளியூர் (STD) அழைப்பு மூலமாகவே இணையத்தை அணுக முடியும். அதற்கு ஆகின்ற செலவினைக் கணக்குப் பார்த்தால் இணையத்தின் ஆசையே விட்டுப் போகும். வளர்ச்சியடைந்த நாடுகளில் இணைய இணைப்புக்கான தொலைபேசி அழைப்பு இலவசமே. இந்தியாவிலும் அது போன்ற நிலை வரும். இணைய உலாவுக்கான கட்டணம் மிகக் குறைவாகவோ அல்லது முற்றிலும் இலவசமாகவோ இருக்கும். இன்றைக்கோ இலவச இணையச் சேவையை வழங்கும் நிறுவனங்கள் இருக்கின்றன. வருங்காலத்தில் இணைய

உலா என்பது பெறப்படும் வசதி முற்றிலும் இலவசம் என்றாகும் நாள் வெகு தொலைவில் இல்லை. பல்வேறு நிறுவனங்கள் தங்கள் நடவடிக்கைகளைக் கணிப்பொறி மயமாக்கி வருகின்றன. நிறுவனத்தில் துறைப்பிரிவுகள் / கிளைப்பிரிவுகள் கணிப்பொறி பிணையங்களைப் பயன்படுத்தி வருகின்றன. குறும்பரப்பு பிணையம் விரி பரப்புப் பிணையம் இவற்றை நிறுவி தங்கள் நிறுவனப் பணிகளை நிறைவேற்றி வருகின்றன. இணையத் தொழில் நுட்பங்களின் அடிப்படையில் அமைகின்ற ஒரு நிறுவனத்துக்கான பிணையம் “இன்ராநெட்” என்று அழைக்கப்படுகிறது. நிறுவன இணையம் என்றும் தனியார் இணையம் என்றும் இதனை அழைக்கின்றனர். உலகம் முழுவதும் கிடைக்கும் இணையத்தின் வழியாகவே நிறுவனங்கள் தங்கள் இன்ராநெட்டுகளை அனுமதித்துக் கொள்வது எளிது. செலவு குறைவு. இன்றைக்கு பல பெரிய நிறுவனங்கள் இணையத்தின் வழியாகவே நிறுவன நடவடிக்கைகளை மேற்கொள்ளத் தொடங்கி விட்டன. இணையம் வழி செயல்படும் இன்ராநெட்டுகளை மெய்நிகர் தனியார் பிணையம் எனலாம். வணிக நிறுவனங்கள் அனைத்தும் மெல்ல மெல்ல மின் வணிகத்துக்கு மாறி கொண்டுள்ளன. இன்னும் ஐந்து ஆண்டுகளில் “இணைய வணிக நிறுவனங்கள்” என்ற பிரிவே இருக்காது. இன்னும் ஐந்து ஆண்டுகளில் அனைத்து வணிக நிறுவனங்களும் இணைய வணிகத்துக்கு மாறிவிடும். அப்படி மாறாத நிறுவனங்கள் இருக்கும் இடம் தெரியாமல் போய் விடலாம். திரையரங்குகளுக்கு முன் பதிவு இணையம் வழியாகவே நடைபெறுகிறது. பேருந்து, ரயில் பயணிகளுக்கான

முன்பதிவும் வீட்டிலிருந்தபடியே செய்து கொள்ள முடிகிறது. மின்சாரக் கட்டணம், வீட்டு வரி, ஆயுள் காப்பீடு, சேமிப்புத் தொகைகளையும் வீட்டிலிருந்தே செலுத்த முடிகிறது. ஒரு நகரத்தில் எந்தக் கிளையில் வேண்டுமானாலும் பாலிசித் தவணையைச் செலுத்தலாம் என ஆயுள் காப்பீட்டு நிறுவனம் அறிவித்துள்ளது. எந்த நகரத்துக் கிளையிலும் செலுத்தலாம் என்ற நிலையும் வந்துவிட்டது. வீட்டிலிருந்தே செலுத்தலாம் என்றாலும் வெகு தொலைவில் இல்லை. இணைய வணிகத்தில் ஏற்படும் இத்தகைய மாற்றங்களினால் மக்களிடையே தாள் பணத்தை கையாளும் முறையில் பெரும் மாற்றம் நிகழும். பணத்தை கையிலெடுத்துச் செல்வது பெரிதும் குறையும். இப்பொழுதுள்ள "பற்று அட்டை" முறை பெரிதும் பரவலாகும். கல்வி முறையில் மாற்றம் நிகழ்ந்துள்ளது. இணையம் வழிக் கல்வி அறிமுகப்படுத்தப்பட்டுள்ளது. இந்திரா காந்தி திறந்த நிலைப் பல்கலைக்கழகம், அண்ணா பல்கலைக் கழகம் போன்றவை இணையம் வழிக் கல்வியை வழங்க முன் வந்துள்ளன. வீட்டிலிருந்தபடியே பாடங்களைப் பெறலாம். மெய்நிகர் வகுப்பறையில் (Virtual Class Room) ஆசிரியர் பாடம் நடத்துவார். உலகெங்கிலும் உள்ளவர்கள் தங்கள் வீட்டிலிருந்தபடியே பாடத்தைக் கேட்கலாம். வருங்காலத்தில் மெய்நிகர் பல்கலைக்கழகங்கள் பெருகும். இணையத்தில் மட்டுமே வெளியிடப்படும் ஏராளமான மின்னிதழ்கள் உள்ளன. இப்போது மின் புத்தகங்கள் அறிமுகமாகியுள்ளன. மின் புத்தகம் என்பது கணினித்திரையுடன் கூடிய புத்தகம் போன்ற கருவி. கணிப்பொறி வாயிலாக இணையத்திலிருந்து பதிவிறக்கி அக்கருவியில் சேமித்துக்

கொள்ளலாம். பிறகு ஓய்வு நேரத்தில் புத்தகம் படிப்பது போலவே பக்கங்களைப் புரட்டிப் பார்க்கலாம். படித்து முடித்த பின் இணையத்திலிருந்து வேறொரு புத்தகத்தைப் பதிவிறக்கலாம். மின் புத்தகத்தைப் போகுமிடங்களுக்கெல்லாம் கூடவே எடுத்துச் செல்லலாம். புத்தகங்கள் மட்டுமின்றி இப்போது அச்சு வடிவில் மனிதனுக்குக் கிடைத்துக் கொண்டிருக்கும் அனைத்துத் தகவல்களும் இணையம் வழியாக டிஜிட்டல் வடிவில் கிடைத்துவிடும். இணையத்தில் ஒரு நோயாளியின் மருத்துவ வரலாறு, மருத்துவ ஆலோசனைகள், மருத்துவப் பரிந்துரைகள் அனைத்தையும் டிஜிட்டல் வடிவில் கணிப்பொறி ஆவணங்களாகச் சேமிக்கும் நடைமுறை வெளிநாடுகளில் இருக்கிறது. இந்தியாவிலும் ஓரளவு நடைமுறைக்கு வந்துவிட்டது. வாய்மொழியாக உள்ள மருத்துவக் குறிப்புகளை உரைவடிவமாகச் செய்யும் தொழில் இந்தியாவில் பரவலாக நடைபெற்று வருகிறது. நாமறிந்த செய்தி இதன் அடுத்த கட்டம் தொலை மருத்துவம். ஒரு நோயாளி தொலை தூரத்தில் இருப்பார். அவருக்கு வைத்தியம் பார்க்கும் மருத்துவர் வேறொரு இடத்தில் இருப்பார். நோயாளியின் எக்ஸ்ரே மற்றும் வேறு பரிசோதனை விவரங்களை மருத்துவர் தான் இருக்கும் இடத்திலிருந்தே பார்த்துவிட்டு ஆலோசனைகளை வழங்குவார். இவ்வாறு இணையம் வழி கிடைக்கும் மருத்துவ ஆலோசனைகளின் அடிப்படையில் இங்குள்ள மருத்துவர்கள் அறுவைச்சிகிச்சையைக் கூட மேற்கொள்ள முடியும். ஒரு குறிப்பிட்ட மருத்துவப் பிரிவில் உலகம் முழுவதிலுமுள்ள மிகச் சிறந்த மருத்துவர்களின் அறிவையும் அனுபவத்தையும்

இணையம் வழியாக ஓரிடத்தில் பெற்றுவிட முடியும் என்பது இன்றைய சாத்தியம். வருங்காலத்தில் இணையம் மருத்துவத்துறையில் எண்ணிப்பார்க்க முடியாத மாற்றங்களைக் கொண்டு வரும். தொலைக்காட்சி வழியே இணையம் செயல்படுகிறது. கேபிள் டிவி மூலமாகவே இணையதளத்தில் உலா வரும் தொழில் நட்பம் மூலம் கணிப்பொறி தொலைபேசி இல்லாமலேயே இணையத்தின் பயனை நுகர முடியும். வருங்காலத்தில் இணையத் தொலைக்காட்சி (Web TV) மிக அதிகமாகப் புழக்கத்தில் வர வாய்ப்புள்ளது. டி.வி கணிப்பொறி இரண்டுக்கும் தனித்தனியே செலவழிக்காமல் கொஞ்சம் கூடுதலான விலையில் டிவி வாங்கினால் போதும் இணையத்தின் பயனையும் நுகரலாம். தொலைபேசி இல்லாமல் இணையம் சாத்தியம் என்பது மட்டுமல்ல இணையம் மூலமாகவே தொலைபேசி சாத்தியம் என்றாகிவிட்டது. வருங்காலத்தில் தொலைபேசி என்பது இணையத்தோடு ஐக்கியமாகிவிடும். உங்களிடம் இணைய இணைப்பு மட்டும் இருந்தால் போதும், எவருடனும் பேசிக் கொள்ளலாம். இனிமேல் அரசாங்க நடைமுறைகள் அனைத்தும் இணையம் வழியாகவே நடைபெறப் போகின்றன. அரசின் ஆணைகள், அறிவிப்புகள் அரசிதழ் அனைத்தும் இணையம் வழியாகவே வெளியிடப்படும். பத்திரப்பதிவுகள் கணிப்பொறியிலேயே நடைபெறும். மின் அரசாண்மையில் தகவல் பரிமாற்றம் விரைவாக நடைபெறும். இதனால் ஊழலும் ஓரளவு குறைய வாய்ப்புண்டு. இடைத்தரகர்கள் முற்றிலும் ஒழிந்து போவர். அனைத்து வட்டாட்சியர் அலுவலகங்களையும் கணினி மயமாக்க முயற்சிகள் மேற்கொள்ளப்பட்டுள்ளன.

இணையத்தை மின் வெளி என்கின்றனர். கணிப்பொறி இல்லாமல் இப்போது செல்பேசி வழியாகவே இணைய இணைப்பு, மெயில், பணப் பரிமாற்றம், பயணச்சீட்டுகள் பெறுதல், என அனைத்து வசதிகளும் வந்துவிட்டன. இனி இணையம் இன்றி வாழ்வியல் நடைமுறை இல்லை என்னும் நிலை வந்துவிடும். நாடுகளின் எல்லைகளைக் கடந்து ஒரு புதிய நாடு மின்நாடு உருவாகி வருகிறது. புதிதாக இணையக் குடிமக்கள் உருவாகி வருகின்றனர். மின் சமூகம், மின் பண்பாடு எல்லாமே வந்து விட்டன. மக்களின் வாழ்க்கை மின் வாழ்க்கையாக மாறும் போது மனிதனின் சிந்தனை போராட்டத்திலும் மாற்றங்கள் ஏற்படும். நாடு, மொழி, இனம், சாதி, மதம் இவற்றையெல்லாம் கடந்து ஒரு புதியதோர் உலக சமூகம் எதிர்காலத்தில் உருவாக இணையம் வழிவகுக்கும். இவ்வாறு இணையம் பல வகைகளில் மக்களின் வளர்ச்சிக்கு பெரிதும் துணைபுரிகிறது.

8. இணையத்தினால் நூலகர்களின் எதிர்காலம்

இருபத்தி ஒன்றாம் நூற்றாண்டில் அறிவியலின் வளர்ச்சிக்கும் புதிய கண்டுப்பிடிப்புகளுக்கும் நூலகங்கள் பெரும் பங்கு வகிக்கப் போகின்றன. அறிவியல் வளர்ச்சியிலும் புதிய கண்டுபிடிப்புகளிலும் உலக நாடுகள் நாளுக்கு நாள் ஒன்றையொன்று போட்டி போட்டுக் கொண்டு முன்னேறி வருகின்றன. இதற்கெல்லாம் முதுகெழும்பாகத் திகழ்வனவற்றுள் நூலகமும் நூலகரும் ஒன்று ஆகும். அறிவியலின் வளர்ச்சியும், புதிய கண்டுபிடிப்புகளும் நூல்கள் மற்றும் கால முறை இதழ்கள் வாயிலாக அறிஞர்களைச் சென்றடைகின்றன. இவ்வாறாக நாளுக்கு நாள் நூல்கள் மற்றும் கால முறை இதழ்களின் எண்ணிக்கை உலகளவில் உயர்ந்து கொண்டே போகிறது. இப்பணிகளை திறம்படச் செயல்படுத்துவதற்கு நூலகரின் ஆர்வமும் அயரா உழைப்பும் அத்துடன் போதிய நிதி உதவியும் தேவைப்படுகிறது.

நூலகர் வாசகர்களுக்கு நூலகக் கட்டமைப்பைப் பற்றி விளக்கிக் கூற வேண்டும். நூலக நிர்வாகம், நூலக சேகரிப்பு, சஞ்சிகைகள் சேகரிப்பு, நூற் பகுப்பு, நூல்களை வழங்குவது, தகவல் சேமிப்பு, நகல் தயாரிப்பது இவற்றைப் பற்றிய செய்திகளைத் தெளிவாகவும் விரைவாகவும் வாசகர்களுக்கு அளித்து அவர்களைத் திருப்தி அடையச் செய்ய வேண்டும். இன்றைய நாளில் கணிப்பொறியும் மற்றும் தகவல் சாதனங்களும் நூலகருக்குப் பெரிதும் உதவுகின்றன. நூல் சேகரிப்புப் பிரிவில் ஒரு முறை புத்தக விவரப்பட்டியல் தயாரிக்கப்பட்டால் அந்த விவரங்களை அடிப்படையாகக் கொண்டு மற்ற பிரிவுகள் தங்களுக்குத் தேவையான தகவல்களைக் கணிப்பொறி கட்டமைப்பு மூலம் பகிர்ந்து கொள்ளலாம். காரணம் "புத்தக விவரப் பட்டியல்" அடிப்படையான புள்ளி விவரமாக ஒவ்வொரு பிரிவிற்கும் தங்கள் செயல்பாடுகளை நிறைவேற்ற அமைகிறது. நூலகர் இது போன்ற பணிகளில் கணிப்பொறியைப் பயன்படுத்துவதால் பணி எளிதாக முடிகிறது. நூலகருக்கு நூலகப் பொறுப்புகளை செயல்படுத்துவதற்கு கணிப்பொறி மற்றும் தகவல் பரப்புச் சாதனங்கள் பெரிதும் உதவுகின்றன. நாளுக்கு நாள் உயர்ந்து கொண்டிருக்கும் நூல்களின் விலையேற்றத்தையும் நாளுக்கு நாள் பல மடங்கு பெருகிக் கொண்டிருக்கும் தகவல்களின் பெருக்கத்தையும் எதிர்கொள்வதற்கு பல்திறன் கணிப்பொறிச் சாதனங்களே வழிகாட்டப் போகின்றன. கணிப்பொறி வாசகர்களின் நேரத்தைச் சேமிப்பதோடல்லாமல், நூலகர் தனது சோர்வற்ற தன்மையாலும் விரைவான செயலாலும் நூலகப் பணியாளர்களின் அன்றாடப் பணித் தரத்தையும் உயரச்

செய்கிறது. எதிர்கால நூலகம் 'டிஜிட்டல் லைப்ரரி' என்று அழைக்கப்படும் மின் துகளியல் அஞ்சல் என்ற முறையில் செய்திப் பரிமாற்றம் செய்யப்படுவதால் காகிதத்தில் எழுதும் வாய்ப்பு படிப்படியாகக் குறைந்து காகிதமற்ற சமுதாயம் உருவாகும். நூலகத்தின் பணிகள் அனைத்தும் கம்ப்யூட்டர் மயமாக்கப்படும். மிகக் குறைந்த நூலகப் பணியாளர்களைக் கொண்டு சமாளிக்கும் நிலை உண்டாகும். 21ம் நூற்றாண்டின் நூலகங்கள் முழுமையான தகவல் மையங்களாக திகழும். நூலகர் “தகவல் அறிவியலார்” என்று அழைக்கப்படுவார். வாசகர்கள் நவீன தகவல் சாதனங்களைப் பயன்படுத்துவதில் பயிற்சி பெற்றவர்களாக இருப்பர். கணிப்பொறியின் மூலம் நூலகப் பட்டியலைப் பார்த்து வேண்டிய நூல்களைப் புரட்டலாம். தேவையான விவரங்களை வீட்டிலிருந்தபடியே அச்சுப்பிரதியாகப் பெறலாம். இண்டர்நெட் உலகத்தில் உள்ள தகவல் வலைப்பின்னல்களை இணைக்கும் அகில உலக அமைப்பு. இதன் மூலம் ஒருவர் எந்தத் தகவலையும் பெற முடியும். இந்தச் சூழ்நிலையில் நூலகர் வாசகர் உறவு முற்றிலும் மாறுபடும். நூலகரை வாசகர் காண பழக வேண்டிய வாய்ப்பே இருக்காது. இன்று கேபிள் டிவி ஒவ்வொரு வீட்டிலும் வீட்டு நூலகமாக இயங்கத் தொடங்கியுள்ளது. செயற்கை கோள் தொழில் நுட்பத்தால் இது சாத்தியமாகியுள்ளது. நூலகக்கல்வி, தொழில் நெறிமுறைகள் முதலியவைகளைக் கண்காணிக்கும் பொறுப்பு தொழில் முறை நூலகர்களுக்கு உண்டு, எனவே நூலகங்களைத் தன்னாட்சிப் பிரிவுகளாக இயங்க வகை செய்யப்பட வேண்டும். "தகவல் தொழில்” என்ற புதிய துறை நூலகத்துறையில் தோன்றியிருக்கிறது.

இதன்படி நூலகப் பணிக்கு வாசகர்கள் பணம் செலுத்த வேண்டும். தொழிலதிபர்கள், ஆராய்ச்சியாளர்கள், தனிப்பட்ட நிறுவனங்கள் தகவல் படைப்புகளுக்காக விலை பேசிக் கொடுக்கும் நூலகத் தகவல் அறிவியல் பட்டம் பெற்றோருக்கு நல்ல ஊதியம் கிடைக்கும். நூலக அறிவியல் துறையை இந்தியாவில் நிறுவிய நூலக இயக்கத் தந்தை பத்ம ஸ்ரீ டாக்டர் எஸ்.ஆர். ரங்கநாதன் அவர்கள் தொலைநோக்கு உணர்வுடன் D.R.T.C யை நிறுவினார்கள். எல்லோர்க்கும் நூல்" என்ற நூலக விதி எல்லோர்க்கும் தகவல் என்ற குறிக்கோளாக மலர்ந்து விட்டது.

நூலகர்களின் மதிப்பும், செல்வாக்கும், ஊதிய முறையும் பாதுகாக்கப்பட வேண்டும். நூலகப் பயிற்சி பெறாத தொழில் நுட்பப் பட்டதாரிகள் நூலகர்களின் மீது ஆதிக்கம் செலுத்தலாம் என்ற உணர்வு மிகுதியாகிவிட்டது. எனவே நூலகத் தொழில் புரிவோர் அரசாங்க ஆதரவில் பதிவு பெற்று, தேர்ந்தெடுக்கப்பட்டவர்களைக் கொண்டு, மாநில, மத்திய நிலையில் குழு அமைக்க வேண்டும். நூலகம் நூலகர் பிரச்சினைகளை உடனுக்குடன் அரசுக்கு எடுத்துரைத்து சட்டப் பூர்வமான வகையில் தீர்வு பெற வேண்டும். அகில இந்திய நூலக, தகவலியல் நிறுவனம் தொடங்கப்பட வேண்டும். இதனால் நூலக ஆராய்ச்சி தொழில் முறை முன்னேற்றம் ஏற்படும். சமுதாயத்தில் மருத்துவர்கள், வழக்கறிஞர்கள், தொழில் நுட்பவியலார், போல் நூலகருக்கும் மதிப்பு உயர்வதற்கு ஒற்றுமையுடன் 21ம் நூற்றாண்டில் நூலகச் சங்கங்களின் மூலம் உழைத்தால் பலன் நிச்சயம் கிடைக்கும். இந்தியா பல மொழி, பல இனமக்கள்

கொண்ட பெரிய நாடு, கிராமங்களைக் கொண்ட ஏழை நாடு, முன்னேறிய நாடுகளில் ஆதிக்க உணர்வை போட்டிகளைச் சமாளித்துச் சாதனைகளைப் புரிந்து வரும் நாடு, அரசியல், பொருளாதாரம், சமூக, சமய மாற்றங்களை உண்டாக்கும் வல்லமை நூலகர்களுக்கு உண்டு. நூலகர்கள் சமுதாய நலனுக்காகப் பாடுபடும் கடமையைக் கொண்டவர்கள். "செயற்கைக் கோள் யுகத்தில்" நாம் நமது நூலகப் பணியை இன்னும் சிறப்பான முறையில் செய்ய வேண்டும். மக்களாட்சி முறையும், உலக சமாதானமும் நூலகங்கள் மூலமாகத்தான் காப்பாற்றப்படும். சமத்துவம், சகோதரத்துவம், சுதந்திரம் ஆகிய உயரிய இலட்சியங்களை அன்றாடம் நடைமுறையில் நடத்திக் கொண்டிருப்பவர்கள் நூலகர்கள் என்பதை 21ம் நூற்றாண்டு தொடங்கும் நேரத்தில் நினைவுபடுத்தலாம். வளர்ச்சியடைந்த மேலை நாடுகளில் புழக்கத்தில் உள்ள புதிய தொழில் நுட்பத்தை அப்படியே கண்மூடித்தனமாக நாம் பின்பற்றக்கூடாது. "இன்சாட்" செயற்கைக்கோளை வானில் மிதக்க விட்டுப் பல சாகசங்களைச் செய்து கொண்டிருக்கிறோம். அதே நேரத்தில் அறிவொளி இயக்கத்தை கிராமங்களில் நடத்திக் கொண்டிருக்கிறோம். நமது சாலைகளில் லட்சக் கணக்கான மதிப்புள்ள கார்களும் ஓடுகின்றன. இரட்டை மாட்டு வண்டிகளும், சைக்கிள்களும், சுறுசுறுப்பாக இயங்குகின்றன. எனவே நூலகத்தைப் பொறுத்த வரையில் பழமையும் புதுமையும் ஒரு சேர இயங்கும் நூலகர்களிடையே கம்ப்யூட்டர் அறிவு பரப்பப்படவேண்டும். அஞ்சலகம் இல்லாத கிராமங்களிலும் நூலகம் இயங்க வேண்டியது நமது குறிக்கோளாக இருக்க வேண்டும்.

நூலகர்களின் எதிர்காலம் “எதிர்கால இயல்” என்ற புதிய அறிவுத்துறையைத் தோற்றுவித்துள்ளது. “காசி நகர்ப்புலவர்” பேசும் உரைதான் காஞ்சியில் கேட்பதற்கோர் கருவி செய்வோம் என 20ஆம் நூற்றாண்டின் தொடக்கத்தில் பாடிய மகாகவி பாரதியார். தொலை நோக்கு கொண்ட மேதை. “வானையளப்போம், கடல் மீனை அளப்போம்” என்றார் அன்று. இன்று செயற்கைக் கோள்களை வானத்தில் ஏவி நமது நாடு சாதனை செய்து கொண்டிருக்கிறது. சாரா லெஸ்லி வாவேஸ் என்ற அறிஞர் நூலகருக்கு நல்லதொரு எதிர்காலம் உண்டு என்று நூலகர்களுக்கு நம்பிக்கை ஊட்டுகிறார். “நூலகர்களின் முடிவு” என்ற தமது கட்டுரையில் ஜேம்ஸ் தாம்சன். நூலகம் 21ம் நூற்றாண்டில் எப்படியெல்லாம் மாற்றம் உண்டாகும் என்று விவரிக்கிறார். திறமை கொண்ட, தீமையற்ற தொழில் புரிந்து வாழும் நூலகர்களுக்கு எதிர்காலத்தைப் பற்றிய சில அச்சங்கள் இருக்கின்றன. 'இன்பர்மேஷன் யு.கே 2000 என்ற அறிக்கை புதிய தொழில் நுட்ப சூழ்நிலையானது மரபு வழி வந்த நூலகர்களின் மதிப்பையும் செல்வாக்கையும் பலவகைப்படுத்திவிடும் என்று கணிப்பு செய்துள்ளது. 21ம் நூற்றாண்டில் பல்கலைக்கழக நூலகம் என்ற நூலின் ஆசிரியர் சி. கெண்டரிக் நமக்கு ஆறுதல் கூறுகிறார். அறிவு வளர்ச்சியடைந்து கொண்டே போகிறது. எனவே நூலகர்களின் தேவையும் மதிப்பும் நிச்சயம் மிகுதியாகும் என்று கூறியுள்ளார். நம்பிக்கைதான் மனித வாழ்வின் உயிர் நாடி, மக்களின் அறிவு வளர்ச்சிக்கு ஏற்ப நூலகர்கள் நூலகத்தில் உள்ள புத்தகங்களைக் கொண்டு அவர்களின் அறிவைப் பெருக்குகிறார்கள். இதனால்

உலகமே முன்னேறுகிறது. நூலகம் கணிப்பொறி மயமாக்கப்பட்டாலும் நூலகரின் துணை இருந்தால்தான் நூலகம் சிறப்பாகச் செயல்படும். உலகளாவிய செய்திப் பரிமாற்றத்திற்கு தரப்படுத்தப்பட்ட தகவல் பரிமாற்றப்படிவம் அடிப்படையாக அமைதல் வேண்டும். உலகளாவிய செய்தி பரிமாற்றத்திற்கும், நூலகர் அவசியம் தேவைப்படுகின்றார். நூலகரின் கடமை மிக முக்கியமானதாகும். இணையம் எவ்வளவுதான் முன்னேறினாலும் எதிர்காலத்தில் நூலகரின் பணியும் முன்னேறி மக்களின் அறிவு வளர்ச்சியடைந்து உலகமே எல்லாத்துறைகளிலும் முன்னேறும்.

www.ingramcontent.com/pod-product-compliance
Lightning Source LLC
LaVergne TN
LVHW040444051026
849517LV00002B/742